AF519142

INSIGHT PUBLICA ®

INSIGHT PUBLICA®
Nadakkavu, Kozhikode, Kerala
Tel:0495–4020666
www.insightpublica.com
e-mail: insightpublica@gmail.com

Orma

momo (Mohanadasan Mohamaala)

(Malayalam Short Stories, Novelites and Memmories)

First Edition: August 2020

Copyright©Reserved
All rights reserved. No part of this publication may be reproduced,
Stored in a retrieval system, or transmitted, in any form, or by any means,
Electronic, mechanical, photocopying, recording or otherwise,
Without the prior permission of the publisher.

ISBN 978-93-90355-64-8

ഓർമ്മ

ചെറുകഥകൾ/നോവലൈറ്റുകൾ/ഓർമ്മകൾ

മോമോ

INSIGHT PUBLICA ®

1962ൽ പാലക്കാട് ജില്ലയിൽ ഒറ്റപ്പാലം താലൂക്കിൽ പരിയാനമ്പറ്റയിൽ ജനനം.

അച്ഛൻ: നല്ലൂർക്കളം ശിവശങ്കരമേനോൻ. അമ്മ: ചെമ്മന്തട്ട ദാക്ഷായണി അമ്മ. പത്നി: മാലതി. രണ്ടു മക്കൾ: മഹേഷ്, മനേഷ്. പാലക്കാട് ആണ് താമസം.

E-Mail: mohamaala@gmail.com

Facebook: www.fb.com/MOMO-Mohanadasan-Mohamaala-109920570750262

മോഹനദാസൻ മോഹമാല (മോമോ)

ആമുഖം

സഹൃദയരായ വായനക്കാരെ,

ഞാൻ പല ആനുകാലികപ്രസിദ്ധീകരണങ്ങളിലായി വ്യത്യസ്ഥ തൂലികാനാമങ്ങളിലായി പലപ്പോഴായി എഴുതിയ പതിനെട്ട് ചെറുകഥകളും മൂന്ന് നീണ്ടകഥകളും എന്റെ ചില ഓർമ്മക്കുറിപ്പുകളും ഒന്നിച്ച് ഒരു പുസ്തകമായി അച്ചടിച്ച് പുറത്തിറക്കുകയാണ്. ഇതിന്റെ ഇലക്ട്രോണിക് പതിപ്പും ഇതോടൊപ്പം ലഭ്യമാണ്. മനുഷ്യ ജീവിതത്തിലെ വിവിധ മുഹൂർത്തങ്ങൾ ഇതിൽ വായിക്കാം. നോവലൈറ്റുകളിൽ പ്രണയവും സൌഹൃദവും ഇതിവൃത്തമായി വരുന്നത് കാണാം. ഈ കഥകൾ പതിറ്റാണ്ടുകൾ മുൻപിലേക്ക് നമ്മെ കൂട്ടിക്കൊണ്ടു പോകും. "ഓർമ്മ" വാങ്ങി വായിക്കുന്ന ഓരോരുത്തരോടും പ്രത്യേകം നന്ദിയും, സ്നേഹവും അറിയിക്കുന്നു. ഈ രചനകൾ വായിച്ച ശേഷമുള്ള അഭിപ്രായങ്ങൾ വായനക്കാർക്ക് എന്റെ ഇമെയിൽ വിലാസത്തിൽ അറിയിക്കാവുന്നതാണ്. എല്ലാവരുടെയും സഹകരണവും, പ്രോൽസാഹനവും, ആശീർവാദവും എപ്പോഴും ഉണ്ടായിരിക്കണം എന്ന അഭ്യർത്ഥനയോടെ.

സ്വന്തം,

മോമോ (മോഹനദാസൻ മോഹമാല, പാലക്കാട്)

ഉള്ളടക്കം

കഥകൾ

നോവലൈറ്റുകൾ

ഓർമ്മക്കുറിപ്പുകൾ

കഥ

അകലുന്ന കണ്ണികൾ

നീണ്ട വരിയിലെ അവസാനത്തെ കണ്ണിയായിരുന്നു ഞാൻ. ബോംബെയിലെ (മുംബൈ) കുർള റെയിൽവേ സ്റ്റേഷനടുത്തുള്ള ബസ് കാത്തിരിപ്പു കേന്ദ്രത്തിൽ സാന്താക്രൂസിലേക്കു പോകുന്ന ബസ്സിനായി കാത്തു നിൽക്കുകയാണ്. സമയം ഉച്ചക്ക് പന്ത്രണ്ട് മണി കഴിഞ്ഞിരിക്കുന്നു. ടാറിട്ട റോഡിൽ വീണു തിളച്ചുമറി യുന്ന വെയിലിൽ നിന്ന് ആവി പൊങ്ങി തുടങ്ങിയിരിക്കുന്നു.

ഞാൻ ക്യൂവിൽ നില്പു തുടങ്ങിയിട്ട് ചില നിമിഷമെ ആയിട്ടുള്ളൂ. ബസ്സുകൾ പലതും വന്നു പോകുന്നുണ്ടെങ്കിലും തനിക്കു പോകേണ്ട 311 നമ്പർ ബസ്സ് മാത്രമെന്തേ വരുന്നില്ല എന്ന ചിന്ത എന്നെ അക്ഷമനാക്കി.

ഞാൻ കയ്യിലുള്ള വാരിക മറിച്ചു നോക്കി നിന്നു. അപ്പോ ഴാണ് ഒരു വൃദ്ധൻ തന്റെ തൊട്ടു പിറകിലായി ക്യൂവിലെ അടുത്ത കണ്ണിയായി വന്നു നിന്നത്. അലക്കിത്തേച്ച വെള്ള ഷർട്ടും, വെള്ള ഡബിൾ മുണ്ടും തോളിൽ ഒരു വേഷ്ടിയും നെറ്റിയിൽ ചന്ദനക്കുറിയും ആയി തനി കേരളീയ വേഷത്തിൽ. കാഴ്ചയിൽ എൺപത് വയസ്സിലധികം പ്രായം തോന്നിക്കും. മലയാളിയാണെന്ന് വസ്ത്രധാരണരീതിയിൽ നിന്നും, മുഖശ്രീയിൽ നിന്നും വ്യക്തമായി.

അങ്ങോട്ടു കയറി പെട്ടെന്ന് പരിചയപ്പെടുന്ന സ്വഭാവക്കാര നല്ലാത്ത ഞാൻ വൃദ്ധനെ ശ്രദ്ധിക്കുന്നില്ലെന്ന ഭാവത്തിൽ വാരിക യിൽ തന്നെ മിഴികളൂന്നി നിന്നു. നിത്യവും എത്രയോ മലയാളി മുഖങ്ങളെ ഈ നഗരത്തിന്റെ തിരക്കിൽ കാണുന്നു.ഏവരോടും പരി ചയമൊന്നും സ്ഥാപിക്കാറുമില്ലല്ലോ.

വൃദ്ധൻ എന്നെത്തന്നെ സൂക്ഷിച്ചു നോക്കുന്നത് കൺകോണിലൂടെ ഞാൻ കണ്ടു. കയ്യിലിരുന്ന വാരികയിലേക്കും എന്റെ മുഖത്തേക്കും

അയാൾ മാറി മാറി നോക്കുന്നത് കണ്ടു. ഞാൻ മലയാളിയാണെന്ന് അയാൾക്ക് മനസ്സിലായി കാണണം. സംശയ നിവാരണത്തിനായെ ന്നോണം അയാൾ ചോദിച്ചു

" കേരളത്തീന്നാ... അല്ലെ? "

"അതെ" എന്റെ മറുപടി ഒറ്റവാക്കിൽ ഒതുങ്ങി.

വൃദ്ധന്റെ മുഖം വിടരുന്നത് കണ്ടു. കാരണം എന്താണെന്ന് എനിക്ക് പിടി കിട്ടിയില്ല. പെട്ടെന്ന് വീണ്ടുവിചാരം വന്നതുപോലെ അയാൾ ആരാഞ്ഞു.

"കലീനയിലേക്കുള്ള ബസ്സ് ഇവിടെയല്ലെ നിർത്തുക."

"അതെ. അമ്മാവൻ കലീനയിലേക്കാണോ?"

"ങ്ഹാ. " ഒരു പുഞ്ചിരിയോടെ അയാൾ മറുപടി പറഞ്ഞു.

" ഞാനും കലീനക്കു തന്നെയാ." അതുകൂടി കേട്ടപ്പോൾ വൃദ്ധന്റെ മുഖം ഒന്നുകൂടി വികസിച്ചു.

"അതെയോ നന്നായി. എനിക്കൊരു തുണയായീല്ലോ."

"അമ്മാവനെന്തെ, തനിച്ചാണോ?"

ഞാൻ കുശലാന്വേഷണം നടത്തി.

"ങ്ഹാ... തനിച്ചുതന്നെ. ഈ മുതുക്കിഴവന് ആരു തുണ വരാനാണ്? "

ഒരു ദീർഘനിശ്വാസത്തിലൂടെ വന്ന ആ മറുപടി എന്നെ അമ്പ രപ്പിക്കാതിരുന്നില്ല.

"അതെന്താ അമ്മാവനങ്ങിനെ പറയുന്നത്. "

എന്റെ ആശ്ചര്യ ഭാവം കണ്ടിട്ടു വൃദ്ധൻ പറഞ്ഞതിങ്ങനെ.

' 'അക്കാര്യങ്ങളൊക്കെ പറയാതിരിക്കുകയാ ഭേദം. അല്ലെങ്കിൽ തന്നെ കുട്ടിയോടിതൊക്കെ പറഞ്ഞിട്ട് എന്തുകാര്യം."

അയാൾ എന്തെല്ലാമോ പറയാൻ മടിക്കുന്നു എന്നുറപ്പാണ്.

" അമ്മാവൻ കലീനയിൽ എവിടേക്കാണ്? "

"വിമാനക്കമ്പനിയുണ്ടല്ലോ... എയർ ഇന്ത്യ. അതിലാ മൂത്ത മോന് ജോലി. അവനും കുടുംബോം അവിടെ ക്വാർട്ടേഴ്സിലാണ് താമസിക്കു ന്നത്."

അപ്പോൾ അമ്മാവനിപ്പം എവിടെ നിന്നാണ് വരുന്നത്?

" ഡോംബിവലീന്ന്. അവിടെയാ ഇളയ മോളും കുട്ടികളും താമ സിക്കുന്നത്."

ഇതിനിടയിൽ 311-ാം നമ്പർ ബസ്സ് ഒരെണ്ണം വന്ന് നിറഞ്ഞ് പോയിരുന്നു. അടുത്ത വണ്ടിയിൽ തങ്ങൾക്കും കയറിപ്പറ്റാനാ യേക്കും എന്ന് തോന്നി.

വൃദ്ധൻ സംഭാഷണപ്രിയനാണെന്ന് എനിക്ക് ബോദ്ധ്യമായി. മാത്രമല്ല ഇതിനകം ഞങ്ങൾ തമ്മിൽ വളരെ അടുക്കുകയും ചെയ്തു കഴിഞ്ഞിരുന്നു. അതുകൊണ്ടു തന്നെയാണല്ലോ വൃദ്ധൻ തന്റെ കഥ എന്നോട് തുറന്ന് പറഞ്ഞത്.

അയാളുടെ വാക്കുകളിൽ നിന്ന് ഒന്നെനിക്ക് മനസ്സിലായി. ലോകം പുരോഗമിക്കുന്തോറും കുടുംബ ബന്ധങ്ങൾക്ക് അകൽച്ചയാണ് സംഭ വിക്കുന്നത്. സ്വന്തമായി കാലൂന്നി നിൽക്കാറാകുന്നതോടെ സ്വന്തം മക്കൾ പോലും മാതാപിതാക്കളിൽ നിന്നും എത്രയോ അകലേക്ക് മാറിപ്പോകുന്നു എന്ന് വൃദ്ധന്റെ വ്യഥയിൽ നിന്നും മനസ്സിലാക്കാം. സ്വന്തം എന്ന പദത്തിന്റെ അർത്ഥവ്യാപ്തി ചുരുങ്ങി വരികയല്ലേ എന്ന് സംശയിക്കേണ്ടിയിരിക്കുന്നു. ഒരു പിതാവ് "അവനെന്റെ മോനാണ്" എന്ന് പറയുമ്പോളുള്ളയത്രയും വികാരം "അദ്ദേഹമെന്റെ അച്ഛനാണ്" എന്ന് ഒരു പുത്രൻ പറയുമ്പോൾ ഉണ്ടാകുന്നില്ല.

ഈ വൃദ്ധന്റെ കഥ തന്നെ നല്ലൊരു ഉദാഹരണമാണ്. ബസ്സിൽ അടുത്തടുത്ത് ഇരിക്കുമ്പോഴും വൃദ്ധൻ വാചാലനായിരുന്നു. സ്വന്തം കഥ അയാൾ എന്നോട് പറഞ്ഞുകൊണ്ടിരുന്നു.

രണ്ടാൺമക്കളും, രണ്ട് പെൺമക്കളും ആണ് വൃദ്ധനുള്ളത്. ഭാര്യ മരിച്ചു പോയിരിക്കുന്നു. മക്കളിൽ 3 പേരും ബോംബെ യിൽ വിവിധ ഭാഗങ്ങളിൽ സകുടുംബം സ്ഥിരതാമസക്കാരാണ്. ഒരു മകൾ ഭർത്താ വൊന്നിച്ച് കൽക്കത്തയിലുമാണ്.

ഭാര്യ മരിച്ചതോടെ നാട്ടിൽ ആലംബമറ്റ വൃദ്ധന്റെ മുന്നിൽ ഭാവി ഒരു പ്രശ്നമായി. വലിയൊരു വീടും സാമാന്യം നല്ല ഭൂസ്വത്തു മായി ഭാര്യയുമായി കഴിയവെയാണ് വിധി അയാളെ തനിച്ചാക്കി കളഞ്ഞത്.

അമ്മയുടെ ശ്രാർദ്ധ അടിയന്തിരത്തിന് സംബന്ധിക്കാനെ ത്തിയ മക്കൾ ഒരു തീരുമാനമെടുത്തു. വീടും സ്ഥലവും വിറ്റ് അച്ഛനെ തങ്ങളുടെ കൂടെ കൊണ്ടു പോകാം. അച്ഛന് ഇഷ്ടാനുസരണം ആരുടെ കൂടെ വേണമെങ്കിലും നിൽക്കാമല്ലോ എന്നായിരുന്നു ഭാഷ്യം. അച്ഛനെ നാട്ടിൽ തനിച്ചാക്കി പോകാനൊക്കില്ല എന്നതി നോളം തന്നെ പ്രസക്തിയുണ്ട് സ്വത്തിൻമേൽ തങ്ങൾക്കുള്ള ഓഹരി നേടി യെടുക്കുക എന്നതിനും.

ജനിച്ചുവളർന്നതും നേടിയെടുത്തതുമായ സ്വന്തം മണ്ണിനോട് വിട

പറയാൻ വൃദ്ധന് വിഷമം തോന്നി. പക്ഷേ തനിക്ക് ഒറ്റക്ക് ഈ ജീവിതാന്ത്യനാളുകളിൽ എന്തു ചെയ്യാനാകും? അതുകൊണ്ടാണ് മക്കളുടെ ആഗ്രഹപ്രകാരം എല്ലാം ചെയ്തത്.

മക്കളോരോരുത്തരും, അച്ഛൻ തന്റെ കൂടെ നിൽക്കണമെന്ന് ശാഠ്യംപിടിച്ചു. അങ്ങിനെയാണ് മൂന്നു മാസം വീതം ഓരോരുത്തരുടെ വീട്ടിൽ നിൽക്കാമെന്ന് തീരുമാനമായത്. അതിൻപ്രകാരം തന്റെ ഓഹരി നാലാൾക്കും തുല്യമായി വീതിച്ചു നൽകാൻ വൃദ്ധൻ നിർബന്ധിതനായി.

ആദ്യമെല്ലാം മക്കൾക്ക് അച്ഛൻ ദൈവം തന്നെയായിരുന്നു. അച്ഛന് യാതൊരു വിധ കഷ്ടതകളും ഉണ്ടാകരുതെന്ന കരുതൽ ഉണ്ടായിരുന്നു. പക്ഷേ, പിന്നെപ്പിന്നെ മക്കളിലും അവരോടൊപ്പമുള്ളവരിലും മാറ്റങ്ങൾ വന്നു.

വൃദ്ധൻ ധർമ്മസങ്കടത്തിൽ ആയതിന്റെ കാരണം അതാണ്. തന്റെ ഓഹരി പോലും മക്കൾ പറ്റിച്ചെടുത്തിരിക്കുന്നു. ഇപ്പോൾ അവർക്കെല്ലാം താൻ ഒരു ഭാരമായിരിക്കുന്നു. പണത്തിനു താഴെയെ രക്തബന്ധങ്ങൾക്കു പോലും വിലയുള്ളൂ. പല തോണികളിൽ കാലിട്ടു നിൽക്കുന്ന ഒരു സ്ഥിതി വിശേഷത്തിലാണ് വൃദ്ധനിപ്പോൾ.ഏതു നിമിഷവും തോണികൾ അന്യോന്യം തെന്നി മാറാം. അപ്പോൾ നടുക്കടലിൽ പതിക്കുമെന്ന് ഉറപ്പാണ്.

തെരുവിൽ യാചിച്ചു കഴിയുന്ന ഭിക്ഷക്കാരനും തനിക്കും തമ്മിൽ യാതൊരു വ്യത്യാസവും ഇല്ലെന്ന് വൃദ്ധൻ ദുഃഖത്തോടെ അതിലേറെ അപമാനിതനെപ്പോലെയാണ് പറഞ്ഞത്.

വൃദ്ധൻ ഇന്ന് മകളുടെ അടുത്തുനിന്ന് മകന്റെ അടുത്തേക്ക് പോകുകയാണ്. അടുത്ത മൂന്നുമാസം വൃദ്ധന്റെ സംരക്ഷണം കലീനയിലുള്ള മകനാണ്. സമയാസമയം ഒരു പിടി ഭക്ഷണം തരണേ എന്നു കേഴാൻ, തല ചായ്ക്കാൻ ഒരിടം തരണേ എന്നു യാചിക്കാൻ ഇന്ന് വൃദ്ധൻ മകന്റെ അടുത്തേക്ക്. മൂന്നു മാസം കഴിഞ്ഞാൽ വീണ്ടും ഊഴപ്രകാരം മറ്റൊരു സന്തതിയുടെ അടുത്തേക്ക്.

അല്ലലറിയാതെ ഒരു കാര്യത്തിനും മക്കളെ വിഷമിപ്പിക്കാ തെ വളർത്തി വലുതാക്കിയ പിതാവിനെ ഇന്ന് അതേ മക്കൾ കുടുംബനാഥന്മാരായപ്പോൾ തിരികെ ശുശ്രൂഷിക്കുന്നത് എപ്ര കാരമാണെന്ന് ഞാൻ ഖേദത്തോടെ ഓർത്തു.

ഞാനും വൃദ്ധനോടൊപ്പം എയറിന്ത്യാ കോളനിയിൽ ഇറ ങ്ങി ഒപ്പം നടന്നു. വൃദ്ധൻ അപ്പോഴും തന്റെ കഴിഞ്ഞ കാലം അയവിറക്കുകയായിരുന്നു. ഭാര്യ ഉണ്ടായിരുന്നെങ്കിൽ തനിക്ക് ഈ ഗതി

വരില്ലായിരുന്നു എന്നും, തങ്ങൾ രണ്ടു പേരും കൂടി നാട്ടിൽ തന്നെ കഴിയുമായിരുന്നു എന്നും അയാൾ സങ്കടപ്പെട്ടു. കാഴ്ച മങ്ങിയ ആ വൃദ്ധ നയനങ്ങളിൽ കണ്ണീർ കണങ്ങൾ പൊടിയുന്നത് ഞാനറിഞ്ഞു.

എന്റെ ഹൃദയവും വിങ്ങിപ്പോയിരുന്നു. ലോകം എത്ര മാത്രം മാറിപ്പോയി. വൃദ്ധരായ എല്ലാ മാതാപിതാക്കളുടെയും സ്ഥിതി ഇതുതന്നെയാണോ? അങ്ങിനെ വരില്ല. ലോകത്തുള്ള മക്കളെല്ലാം ഒരുപോലെയാകില്ലല്ലോ.

ശിഥിലമാകുന്ന രക്തബന്ധങ്ങൾ. രക്തബന്ധം എന്നതിന്റെ പ്രസക്തി തന്നെ നഷ്ടപ്പെട്ടുകൊണ്ടിരിക്കുന്ന ലോകം. വൃദ്ധനെ ക്വാർട്ടേഴ്സിന്റെ പടിക്കൽ വിട്ട് യാത്ര പറഞ്ഞു തിരിച്ചു നടക്കുമ്പോൾ രക്തബന്ധത്തിന്റെ അറ്റുപോകുന്ന കണ്ണികളെ കുറിച്ചോർത്ത് വിലപിക്കുകയായിരുന്നു എന്റെ ഹൃദയം.

●

(ഈ കഥ ബോംബെയിലെ സർവ്വദേശി മാസികയുടെ 1985 ഓണപ്പതിപ്പിൽ പ്രസിദ്ധീകരിച്ചിട്ടുണ്ട്.)

ഒരു രാത്രിയുടെ നീളം

രേണുകക്ക് വീണ്ടും സംശയമായി. ഒരിക്കൽ കൂടി അവൾ കിടക്കയിൽനിന്നും പിടഞ്ഞെണീറ്റ് കതകിന്റെ അടുത്തെത്തി ഉറപ്പു വരുത്തി.

"ഉവ്വ്. സാക്ഷ ഇട്ടിരിക്കുന്നത് ശരിക്കു തന്നെയാണ്."

അവൾ അല്പം ആശ്വാസത്തോടെ വീണ്ടും വന്ന് കിടന്നു. കുറച്ചു നേരം കണ്ണുകൾ ഇറുകെയടച്ച് കിടന്നെങ്കിലും ഉറക്കം ഒരു മിഥ്യയായിത്തന്നെ അവശേഷിച്ചു. കണ്ണുകൾ തുറന്നപ്പോൾ ചുവന്ന സീറോ വാട്ട് ബൾബ് തന്നെനോക്കി പല്ലിളിക്കുന്നതായി അവൾക്കു തോന്നി.

" ഈ ചുവന്ന ബൾബ് നാളെ തന്നെ മാറ്റി ഇടണം. ചുവപ്പ് അപകടത്തിന്റെ പര്യായമാണ്." അവളുടെ മനസ്സ് അസ്വസ്ഥതയോടെ മന്ത്രിച്ചു. ഈ ഒരു രാത്രി എങ്ങിനെ കഴിച്ചുകൂട്ടും എന്നറിയാതെ അവൾ വേവലാതി പൂണ്ടു. ഭയത്തിൽ നിന്ന് മോചിതയാകാൻ, തനിക്കൊരു അപായവും സംഭവിക്കാതിരി ക്കാൻ അവൾ സകല ദൈവങ്ങളോടും പ്രാർത്ഥിച്ചു.

ഈ വിശ്വ നഗരിയിൽ വന്നതിനു ശേഷം കഴിഞ്ഞ ആറു മാസങ്ങൾക്കുള്ളിൽ തനിച്ചു കഴിച്ചു കൂട്ടേണ്ടി വരുന്ന ആദ്യ രാത്രിയാണിത്. അതുകൊണ്ടായിരിക്കാം ഇത്രയേറെ അസ്വസ്ഥത അനുഭവപ്പെടുന്നത്. നാട്ടിലെ വീട്ടിൽ പോലും ഒറ്റക്ക് കിടന്നു പരിചയമില്ലാത്തവളാണ്.

കമ്പനിക്കാർക്ക് ഗോപേട്ടനെ മാത്രമെ പൂനെക്ക് അയക്കാൻ ഉണ്ടായുള്ളൂ. ഗോപേട്ടൻ പോയി നടത്തേണ്ട കാര്യത്തിന് മറ്റാരെയെങ്കിലും വിട്ടാൽ ശരിയാകില്ലായിരിക്കാം. പുള്ളിക്കാരൻ നാളെത്തന്നെ തിരിച്ചെത്താമെന്ന് ഉറപ്പ് തന്നിട്ടുണ്ടെങ്കിലും ഈ രാത്രി ഒന്ന് കഴിച്ചു കൂട്ടേണ്ടേ. നിദ്ര തന്റെ നാലയലത്തുപോലും എത്തിനോക്കുന്നില്ലല്ലോ.

വാരികകൾ മറിച്ചു നോക്കാനിരുന്നതാണ്. പക്ഷേ, അതിലും ശ്രദ്ധിക്കാൻ ആകാതിരുന്നപ്പോഴാണ് വന്നു കിടന്നത്. ടി.വി. പരിപാടികളിലും താല്പര്യം വരുന്നില്ല.

രേണുവിന് പേടിയുണ്ടെങ്കിൽ ഇവിടെ വന്ന് കിടന്നോളൂ എന്ന് അടുത്ത റൂമിലെ സരള ചേച്ചി പറഞ്ഞതാണ്. അവരുടെ ചേട്ടനു എപ്പോഴും നൈറ്റ് ഡ്യൂട്ടിയാണ്. ചേച്ചിക്ക് കുട്ടികളുണ്ടല്ലോ കൂട്ടിന്. അല്ലെങ്കിലും സരള ചേച്ചിക്ക് എന്തിനും നല്ല ധൈര്യമാണ്. തനിക്ക് അവിടെ പോയി കിടക്കാമായിരുന്നു. എന്തെങ്കിലു മൊക്കെ വർത്തമാനം പറഞ്ഞു കിടന്ന് ഉറങ്ങി പ്പോക മായിരുന്നു. അവർ വിളിച്ചപ്പോൾ നിരസിക്കാനാണ് തോന്നിയത്. താനത്ര ധൈര്യമില്ലാത്തവൾ ഒന്നുമല്ലെന്ന് ചേച്ചി കരുതിക്കോട്ടെ എന്നായിരുന്നു ചിന്ത. ഇപ്പോഴാണ് അത് വേണ്ടിയിരുന്നില്ല എന്നു തോന്നിയത്.

ചിന്തകൾ പെട്ടെന്ന് മുറിഞ്ഞുപോയി. കതകിനു വെളിയിൽ എന്തോ പതിഞ്ഞ ശബ്ദം. ആരോ നടക്കുന്നതുപോലെ. രേണുക ചെവിയോർത്തു കിടന്നു.

അതെ, ആ ശബ്ദം തൊട്ടടുത്തു വരുന്നുണ്ട്. ഇപ്പോളത് വാതിലിനു മുൻപിൽ അവസാനിച്ചതു പോലെ തോന്നുന്നു.

അവൾ സമയം നോക്കി. രാത്രി ഒരു മണിയായിരിക്കുന്നു. ഹൃദയം വളരെ വേഗതയിലാണ് മിടിക്കുന്നതെന്ന് അവളറിഞ്ഞു. നെറ്റിത്തടത്തിലൂടെ വിയർപ്പു പൊടിഞ്ഞിറങ്ങി. അവൾ കണ്ണി റുക്കിയടച്ചു കിടന്നു. രക്ഷക്കായി ദൈവത്തോട് പ്രാർത്ഥിച്ചു.

ഈയിടെയായി നഗരത്തിൽ കള്ളന്മാരുടെ ശല്യം വർദ്ധിച്ചതിനെപ്പറ്റിയും വീടു കവർച്ചകളെപ്പറ്റിയും ഉള്ള വാർത്തകൾ പത്രത്തിൽ വായിച്ചത് അവളോർത്തു.

ഗോപേട്ടനിവിടെ ഇല്ലെന്ന് കള്ളന്മാർ അറിഞ്ഞു കാണുമോ?

അത്രയും ചിന്തിച്ചപ്പോഴേക്കും അവളെ ആ പഴയ സംശയം വീണ്ടും ഗ്രസിച്ചു, വാതിലിന്റെ കീഴ്ഭാഗത്തെ ബോൾട്ട് ശരിക്ക് ഇട്ടിട്ടില്ലെന്നുണ്ടോ? എങ്കിൽ പുറത്തു നിൽക്കുന്ന കള്ളന് എളുപ്പത്തിൽ വാതിൽ ചവിട്ടി തുറക്കാം.

“എന്തൊരു മറവിയാണിത്.”

അവൾ സ്വയം പഴിച്ചു കൊണ്ട് സംഭ്രമത്തോടെ പിടഞ്ഞെണീറ്റു. ശ്വാസോഛ്വാസത്തിന്റെ നേരിയ ശബ്ദം പോലും നിയന്ത്രിച്ച് പതിഞ്ഞ കാലടികളോടെ അവൾ കതകിനടുത്തെത്തി, നോക്കി. ബോൾട്ട് ഇട്ടിരിക്കുന്നു എന്നു കണ്ടതിൽ അവൾ സമാധാനിച്ചു. അവൾ ചെവിയോർത്തു നോക്കി. പുറത്തു നിന്ന് ശബ്ദമൊന്നും

കേൾക്കുന്നില്ലെന്നറിഞ്ഞപ്പോൾ അവൾക്കു ആശ്വാസമായി. ഹാളിൽ ലൈറ്റിട്ടുവെച്ച്, അവൾ തന്റെ റൂമിൽ പോയി കിടന്നു.

ഘടികാരസൂചി തീരെ ചലിക്കുന്നില്ലെന്ന് അവൾക്ക് തോന്നി. പലതും ആലോചിച്ചാലോചിച്ച് രാത്രിയുടെ അന്ത്യയാമങ്ങളിൽ എപ്പോഴോ അവൾ ഉറങ്ങിപ്പോയി.

ഡിറ്റക്ടീവ് നോവലുകളിൽ കാണുന്ന തരം മുഖംമൂടി അണിഞ്ഞ ആജാനബാഹുവായ ഒരു കറുത്ത സത്വം നീട്ടിപ്പിടിച്ച ഉരുക്കുമുഷ്ടി കളോടെ തന്റെ നേരെ നടന്നടുക്കുന്നത് അവൾ കണ്ടു. ആ ഉരുക്കു മനുഷ്യൻ അവളെ എത്തി പ്പിടിക്കാനാഞ്ഞപ്പോൾ അലറിക്കരഞ്ഞു കൊണ്ട് അവൾ ഞെട്ടിയുണർന്നു. അവളുടെ ഹൃദയം പെരുമ്പറ മുഴ ക്കുകയായിരുന്നു. മാറിടം ശക്തിയായി ഉയർന്നു താഴ്ന്നുകൊണ്ടിരുന്നു. മുഖം പേടിച്ച് വിറളി വെളുത്തിരുന്നു.

അവൾ പിടഞ്ഞെണീറ്റു. വീണ്ടും, വീണ്ടും കണ്ണുകൾ ചിമ്മി ത്തുറന്ന് നോക്കി. "ഒന്നുമില്ലല്ലോ."

താൻ ദുഃസ്വപ്നം കണ്ടതായിരുന്നു എന്നറിഞ്ഞപ്പോൾ അവൾക്കു ജാള്യത തോന്നി. വാതിൽ പഴുതുകളിലൂടെ സൂര്യപ്രകാശം ചിരി വിതറിക്കൊണ്ട് കടന്നു വരുന്നത് കണ്ടപ്പോൾ അവളുടെ ചുണ്ടിലും ചിരി വിടർന്നു.

ഒരു ഭയാനക രാത്രി കഴിഞ്ഞു കിട്ടിയ ആശ്വാസത്തോടെ രേണുക കിടക്കയിൽ നിന്ന് എഴുന്നേൽക്കുമ്പോൾ അടുത്ത മുറിയിലെ സരളച്ചേച്ചി വാതിലിൽ മുട്ടിവിളിക്കുന്നുണ്ടായിരുന്നു.

●

(ഈ കഥ ബോംബെയിലെ സർവ്വദേശി മാസികയുടെ 1985 മെയ് ലക്കത്തിൽ പ്രസിദ്ധീകരിച്ചിട്ടുണ്ട്)

ഇനിയും കഥ തുടരും..

വിശേഷാൽപ്രതിയിലേക്ക് കഥ ആവശ്യപ്പെട്ടുകൊണ്ട് പത്രാധിപസുഹൃത്തിന്റെ കത്ത് കിട്ടിയിട്ട് ദിവസം കുറെയാ യല്ലോ എന്നോർത്ത് ഞാൻ ധർമ്മസങ്കടത്തിലായി. എഴുതിയ കഥകളൊന്നും സ്റ്റോക്കില്ല. പുതിയൊരെണ്ണം എഴുതാമെന്ന വെച്ചാൽ മനസ്സിൽ കഥയൊന്നും ഉരുത്തിരിയുന്നുമില്ല. വിശേഷാൽ പ്രതി ഇറങ്ങേണ്ട ദിവസമാണെങ്കിൽ അടുത്തു വരുന്നു. ലോഡ്ജ് മുറിയിൽ ജനാലയിലൂടെ പുറത്തേക്ക കണ്ണും നട്ട് വിഷണ്ണനായി ഇരിക്കുകയായിരുന്നു ഞാൻ.

സമയം വൈകുന്നേരം നാലു മണിയായിക്കാണും.പുറത്താകെ കോരിച്ചൊരിയുന്ന മഴ. രണ്ടു ദിവസമായി ഇടവേളയില്ലാതെ മഴ വർഷിക്കുകയാണ്. അകമ്പടിയായി ചെറിയകാറ്റും ഉണ്ട്.

നിരത്തിൽ വാഹനങ്ങളും ആളുകളും വളരെ കുറവാണ്. ഈ പേമാരിയിൽ നിന്ന് ഒന്നു രക്ഷപ്പെട്ടാൽ മതി എന്ന വേവലാതിയോടെ കുതിക്കുകയാണേവരും. വാഹനങ്ങൾ ചീറി പ്പായുമ്പോൾ വഴിയോരയാത്രക്കാർ റോഡരികിലേക്ക് ഒതുങ്ങി കൂടുന്നത് കാണാം. റോഡിലൂടെ ഒഴുകിക്കൊണ്ടിരിക്കുന്ന ചെളിവെള്ളം കാൽനടയാത്രികരെ കുളിപ്പിക്കുന്നു. ഇപ്പോൾ കോളേജ് വിട്ട് കൂട്ടമായി വരുന്ന കുമാരീകുമാരന്മാരെ കാണാം. കമൻടുകളും പൊട്ടിച്ചിരികളുമെല്ലാം മഴയിൽ അവ്യക്തമായി കേൾക്കാം.

പെട്ടെന്ന് ഒരു വാഹനം ഇരമ്പി വന്നപ്പോൾ റോഡിനരികി ലൂടെ നടക്കുകയായിരുന്ന രണ്ടു പെൺകുട്ടികൾ ഭയന്ന് തെന്നി മാറി. അതിലൊരുവൾ മാറോടടുക്കിപ്പിടിച്ച പുസ്തകക്കെട്ടുമായി കാൽ വഴുതി വീണു. പുസ്തകങ്ങൾ ചെളിയിൽ ചിതറി. കുട കാറ്റിൽ പാറിപ്പോയി. ഒപ്പം നടന്ന കുട്ടി പെട്ടെന്നു തന്നെ അവളെ പിടിച്ചെഴുന്നേൽപിച്ചു.

ചില കുമാരന്മാരുടെ ചുണ്ടിൽ ചിരിയും കമന്റും മിന്നിമറഞ്ഞു. വഴിയാത്രികർ നിമിഷ നേരം സംഭവസ്ഥലത്തേക്ക് നോക്കി നിന്ന ശേഷം തങ്ങളുടെ യാത്ര തുടർന്നു.

വീണിടത്തു നിന്നും പരിഭ്രമത്തോടെ പിടഞ്ഞെണീറ്റ പെൺകുട്ടിയിൽ ജാള്യതയും സങ്കടവും പ്രകടമായിരുന്നു. കയ്യിലെ കുപ്പിവളകൾ പൊട്ടിച്ചിതറിയിരുന്നു. അവൾ മുഖമുയർത്താതെ പുസ്തകങ്ങൾ പെറുക്കിയെടുത്ത് വസ്ത്രങ്ങളിലെ അഴുക്ക് വൃഥാ തട്ടിക്കളയാൻ ശ്രമിച്ചു. പിന്നിൽ എത്തിയ കൂട്ടുകാരികൾ, വഴുതി വീണ കുട്ടിയോട് എന്തെല്ലാമോ കുശുകുശുത്തു. ഒരു വേള സഹതാപത്തിൽ കുതിർന്ന അന്വേഷണങ്ങളാവാം.

പെട്ടെന്നാണ് എന്റെ മനസ്സിൽ ഒരു കഥയുടെ ബീജം പൊട്ടിമുളച്ചത്. എന്തുകൊണ്ട് ഈ സംഭവം ഒരു കഥയാക്കിക്കൂടാ... അത് വളർന്ന് ഒരു കഥയായി രൂപം കൊള്ളുന്നത് ഞാൻ ഭാവനയിൽ കണ്ടു. ഉടനെ പേനയും കടലാസുമെടുത്ത് എഴുത്ത് തുടങ്ങി.

ആരുടേയോ ഒരു വീഴ്ചയുടെ ഫലമായി ഒരു കഥ കിട്ടിയ ഉത്സാഹത്തോടെ, പുറത്ത് തിമർത്തു പെയ്യുന്ന പേമാരി പോലെ എന്റെ പേനാത്തുമ്പ് അക്ഷരങ്ങൾ വർഷിച്ചുകൊണ്ടിരുന്നു. അവസാന വാചകവും എഴുതിക്കഴിഞ്ഞ് കഥയിലൂടെ ഒന്ന് കണ്ണോടിച്ചു. കഥക്കൊരവസാനമായില്ല എന്ന തോന്നൽ മനസ്സിലവശേഷിക്കവെ, സമയം കൊല്ലാൻ എത്തിയ സുഹൃത്തുക്കൾ എന്റെ കഥാരചനക്ക് തിരശ്ശീല വീഴ്ത്തി.

●

(ഈ കഥ ആളൂരിൽ നിന്നിറങ്ങിയ ഗ്രാമദ്ധ്വനി മാസികയുടെ 1992 ഒക്ടോബർ ലക്കത്തിൽ ഒരു വീഴ്ചയുടെ ഫലം എന്ന പേരിൽ വന്നിട്ടുണ്ട്)

സന്ധ്യയെ തേടി...

എന്നെ കണ്ടതും പടിഞ്ഞാറൻ സന്ധ്യ മനോഹരമായി ചിരിച്ചു. അവളുടെ തുടുത്ത കവിളിണകളിൽ നാണം മിന്നി മറഞ്ഞു. സ്വസ്ഥതയോടെ സന്ധ്യയെ കാണുവാനും, അവളുടെ നിറഞ്ഞു തുളുമ്പുന്ന മുഗ്ധസൌന്ദര്യം മതിവരുവോളം ആസ്വദിക്കുവാനും വേണ്ടി മാത്രമാണ് നിത്യവും ഞാനിവിടെ എത്തുന്നത്.

മറൈൻ ഡ്രൈവിലെ കോൺക്രീറ്റ് മതിലിൽ സ്ഥിരമായി എന്നെ കാണാൻ തുടങ്ങിയപ്പോൾ അവളും എന്നെ ശ്രദ്ധിക്കാൻ തുടങ്ങിയിരുന്നു. ഞാൻ അവളെ കണ്ണിമക്കാതെ നോക്കിയിരി ക്കുകയാണെന്നറിയുമ്പോൾ നൃത്തം ചവിട്ടുന്ന അവളുടെ പാദങ്ങളിൽ നേരിയ വിറയൽ പടരുന്നത് കാണാമായിരുന്നു. എന്റെ കൺമുനകൾ അവളിലൂടനീളം കൊറി വലിച്ചപ്പോൾ സ്ത്രീ സഹജമായ ലജ്ജയാൽ അവളുടെ മുഖം പാതി കുനിഞ്ഞുപോയി. മേൽചുണ്ട് കീഴ്ചുണ്ടിനെ പൊതിഞ്ഞ്, വീണ്ടും അവൾ നൃത്തം തുടരുമ്പോൾ ആ ചുവന്ന കവിളുകളിൽ നുണക്കുഴികൾ വ്യക്തമായിരുന്നു.

സായംസന്ധ്യയുടെ സൌന്ദര്യം എന്നെ വല്ലാതെ ആകർഷിച്ചു പോയിരുന്നു. അവളെ കാണാതെ ഇരിക്കാൻ ഒരു ദിവസം പോലും എനിക്കാകുമായിരുന്നില്ല. അതുകൊണ്ടുതന്നെയാണ് ഞാൻ നിത്യവും ഓഫീസ് വിട്ടാൽ ഫ്ലോറ ഫൌണ്ടനിൽ നിന്നും നേരെ മറൈൻ ഡ്രൈവിലെത്തുന്നത്.

പശ്ചിമാമ്പരത്തിലവസാനിക്കുന്ന അലകളിൽ ചിലങ്കയണിഞ്ഞ് നൃത്തം ചവിട്ടുന്ന മനോഹരിയായ സന്ധ്യയാണ് എപ്പോഴും എന്റെ മനസ്സിൽ കുടികൊള്ളുന്നത്. അവളുടെ സ്വർണ്ണ നിറമാർന്ന മേനിയിൽ സ്വയം മറന്ന് ലയിച്ചിരിക്കെ ആ നെറ്റിയിലെ സിന്ദൂരക്കുറി മായുന്നതും അവൾ തന്നിൽനിന്നും മറഞ്ഞുപോകുന്നതും

വേദനയോടെ കണ്ടു. നഷ്ടചിത്താനായി വിലപിക്കാൻ മാത്രമേ തനിക്ക് എപ്പോഴും കഴിയാറുള്ളൂ.

അവളെ സ്വന്തമാക്കണമെന്നും ഏത് സമയവും അവളെ കണ്ടു കൊണ്ടിരിക്കണമെന്നും ഉള്ള ആഗ്രഹം ഈയിടെയായി തന്നിൽ ശക്തി പ്രാപിച്ചിരിക്കുന്നു. അവൾക്കും തന്നെ ഇഷ്ടമാണെന്ന് ആ മിഴികൾ പറയാറുണ്ട്. ഇരുണ്ട ഭീകര രൂപിയായ രാക്ഷസൻ അവളെ തന്റെ ദൃഷ്ടിപഥത്തിൽ നിന്നും പിടിച്ചു വലിച്ചു കൊണ്ടുപോകുമ്പോൾ, രക്ഷാമാർഗ്ഗം തേടി നിറമിഴികളോടെ അവൾ തന്നെ തിരിഞ്ഞു നോക്കാറുണ്ട്. അവൾ ആ ഭീകരന്റെ കയ്യിൽ കിടന്നു പിടയുന്നത് കണ്ടു കൊണ്ടിരി ക്കാനേ എനിക്ക് കഴിയാറുള്ളൂ. താൻ തികച്ചും നിസ്സഹാ യനാണെന്ന അറിവ് എന്നിൽ അവജ്ഞ ജനിപ്പിക്കാറുണ്ട്.

വാചാലനായിരുന്ന താൻ ഈയിടെയായി ചിന്താമൂകനാ ണെന്നറിഞ്ഞ്, എന്തു പറ്റി നിനക്കെന്ന് സുഹൃത്തുക്കൾ ആരാഞ്ഞു. ദീക്ഷ വളർത്തി മിഴികളിൽ വിഷാദവും പേറി നടക്കാൻ തക്കവ ണ്ണം നിനക്കെന്തു സംഭവിച്ചു എന്ന് അവർ ചോദിച്ചുകൊണ്ടിരുന്നു. പക്ഷേ, തന്റെ ദുഖം അവരോട് പങ്ക് വെക്കാനാവില്ല. അതുകൊണ്ടു യാതൊരു ഫലവുമില്ലതാനും. അവർ തന്നെ ഭ്രാന്തനെന്ന് വിളിച്ചു പരിഹസിച്ചേക്കാം.

ദിവസങ്ങളായി തന്നിൽ വളർന്നു വരുന്ന ദുഃഖം സന്ധ്യയെയും വ്യസനിപ്പിക്കുന്നുണ്ടായിരിക്കാം. അതാണല്ലോ കഴിഞ്ഞ ദിവസം അവൾ തന്നോടു മന്ത്രിച്ചത്. അവളിൽ നിന്നും വളരെ അകലെയാണ് താനിരുന്നിരുന്നതെങ്കിലും ആ ചെഞ്ചുണ്ടുകൾ എന്താണ് പറയുന്ന തെന്ന് എനിക്കു വ്യക്തമായി അറിയാമായിരുന്നു.

“നോക്കു മോഹൻ, നാം എന്തിനിങ്ങനെ തീ തിന്നു അകലങ്ങ ളിൽ കഴിയുന്നു. അങ്ങയെ ഒന്നടുത്ത് കാണാൻ ഒന്നു വാരിപുണരാൻ എന്തൊരു കൊതിയാണെന്നോ. വേഗം വരൂ.. ആ കറുത്ത ഭീകരൻ എന്നെ വീണ്ടും ഗുഹയിലടക്കും മുൻപ് ഓടിവന്നു രക്ഷിക്കൂ. എന്നോ ടൽപ്പമെങ്കിലും സ്നേഹമുണ്ടെകിൽ ഈ ബന്ധനത്തിൽ നിന്നും മോചിപ്പിക്കൂ.”

എനിക്ക് എന്തെങ്കിലും സംസാരിക്കാൻ കഴിയും മുൻപ് അവൾ തന്നിൽ നിന്ന് മറഞ്ഞു കഴിഞ്ഞിരുന്നു. എന്നാൽ ഇന്നിവിടെ ഞാൻ എത്തിയിരിക്കുന്നത് വ്യക്തമായ ലക്ഷ്യ ത്തോടുകൂടി തന്നെയാണ്. ഇനിയുമെനിക്ക് എന്റെ സന്ധ്യയി ല്ലാതെ ജീവിക്കാനാവില്ല.

സന്ധ്യ അങ്ങകലെ പശ്ചിമാമ്പരത്തിൽ പതിവുപോലെ ചിരി വിതറിക്കൊണ്ട് പ്രത്യക്ഷപ്പെട്ടപ്പോൾ ഞാൻ അവളോട് മന്ത്രിച്ചു.

"സന്ധ്യേ, നിന്റെ മോഹൻ ഇതാ നിന്നരികിലേക്ക് വരുന്നു..."

പിന്നീട് സംശയിച്ചു നിന്നില്ല. കടൽക്കരയിലെ കൽമതിലിൽ സൊറ പറഞ്ഞിരിക്കുന്നവരെ അന്ധാളിപ്പിച്ചുകൊണ്ട് ഞാൻ ആർത്തലച്ചു വരുന്ന അലകളിലേക്ക് കുതിച്ചു ചാടി. ഭീമാകാരം പൂണ്ടു വന്ന തിരമാല എന്നെ തീരത്തേക്ക് എടുത്തെറിഞ്ഞു. ചുരുണ്ടു കൂടി പാറക്കെട്ടിലടിച്ചു അലകളിലേക്ക് തന്നെ കുഴഞ്ഞുവീഴുമ്പോൾ ഞാനറിഞ്ഞു, ഏതോ മായികലോകത്ത് സന്ധ്യയുടെ മടിയിൽ തല വെച്ച് തളർന്നു കിടക്കുകയാണ് താനെന്ന്.

●

(ബോംബെ സർവദേശി മാസികയിലും (1984 സപ്തംബർ), പൊന്നാനി സമർപ്പണം മാസികയിലും (1988) പ്രസിദ്ധീകരിച്ചത്)

ഇളകിയാട്ടം

രാത്രി കിടക്കുമ്പോൾ പോലും, തീർഥാടന കേന്ദ്രത്തിലേക്ക് ഇത്ര പെട്ടെന്ന് ഒരു യാത്ര വേണ്ടി വരുമെന്ന് കുഞ്ഞുകുട്ടൻ കരുതിയില്ല. പതിവുപോലെ അത്താഴം കഴിഞ്ഞ് കുഞ്ഞുകുട്ടനും ഭാര്യ കുഞ്ഞുമാളുവും പുൽപ്പായയിൽ പുറം തിരിഞ്ഞു കിടന്നുറങ്ങിയതാണ്. ഉറക്കത്തിൽ നിന്നും അർദ്ധരാത്രിയിൽ ഞെട്ടിയുണർന്ന കുഞ്ഞുമാളു അന്തം വിട്ടു പോയി. ഭർത്താവ് ഉറക്കെ കരയുന്നു. എന്തോ പറയുന്നുമുണ്ട്. പക്ഷേ ഒന്നും മനസ്സിലാവുന്നില്ല.

കുഞ്ഞുമാളു ചിമ്മിനി വിളക്ക് കൊളുത്തി. കുഞ്ഞുകുട്ടൻ കണ്ണടച്ചു കിടന്ന് ഉറങ്ങുകതന്നെയാണ്. പക്ഷേ എന്തോ കണ്ടു ഭയന്നപോലെ കരയുന്നുമുണ്ട്. കുഞ്ഞുമാളു വളരെയേറെ പണിപ്പെട്ടാണ് അയാളെ ഉണർത്തിയത്. അയാൾ എണീച്ചിരുന്നു ചുറ്റും പകച്ചു നോക്കി. ശരീരമാകെ വിയർപ്പിൽ കുളിച്ചിരുന്നു. മുഖത്ത് ഭയം നിഴലിച്ചിരുന്നു. എന്താണ് പറ്റിയതെന്നു കുഞ്ഞുമാളു എടുത്തെടുത്ത് ചോദിച്ചപ്പോളാണ് അയാൾ കാര്യം പറഞ്ഞത്. "അടിമക്കാവിലെ ഭഗവതി കോപിച്ചിരിക്കുന്നു. അമ്മ മക്കളെ വിളിച്ചിരിക്കുന്നു." താൻ വളരെക്കാലമായി ദേവിയെ പോയി കണ്ട് തൊഴുതിട്ടില്ലെന്ന് അയാൾ ഓർത്തു. സൂര്യോദയത്തിന് മുൻപ് തന്നെ ആ ദേവി സന്നിധിയിലേക്ക് യാത്രയാകണമെന്ന് അയാളുറച്ചു.

കേട്ടപ്പോൾ കുഞ്ഞുമാളുവിനും സന്തോഷമായി. എത്ര കാലമായി ഭർത്താവിനോടിത് പറയുന്നു. ദേവിയെ പോയിക്കണ്ട് പ്രാർത്ഥിച്ചാൽ സാധിക്കാത്ത കാര്യമുണ്ടോ? തനിക്ക് ഒരു കുഞ്ഞിക്കാൽ പിറന്നു കാണാൻ ഭഗവതി തന്നെ തുണക്കേണമെ എന്നു കുഞ്ഞുമാളു പ്രാർത്ഥിച്ചു.

കുഞ്ഞുകുട്ടനും, കുഞ്ഞുമാളുവും വീണ്ടും കിടന്നു. ആ രാത്രിയിൽ പിന്നീടവർക്ക് ഉറക്കം വന്നതേയില്ല.

നൂറു കിലോമീറ്റർ അകലെയുള്ള ആ ക്ഷേത്രത്തിലേക്ക് അതിരാവിലെ തന്നെ അവർ രണ്ടുപേരും പുറപ്പെട്ടു. പല ബസ്സുകൾ മാറിക്കയറി ഒരുവിധം അവർ ക്ഷേത്രത്തിന് അടുത്തുള്ള സ്റ്റോപ്പിൽ ബസ്സ് ഇറങ്ങി. വളരെയധികം ജനങ്ങൾ ക്ഷേത്രം ലക്ഷ്യമാക്കി പോകുന്നുണ്ടായിരുന്നു. ക്ഷേത്രത്തിലെ ഉൽസവദിനമാണ് അതെന്ന് അവർക്കു മനസ്സിലായി. പാതയുടെ ഇരുവശവും വാണിഭക്കാർ കയ്യടക്കിയിരുന്നു. അവർ ക്ഷേത്രക്കുളത്തിൽ മുങ്ങിക്കുളിച്ച് തിരുനടയിലെത്തി.

ക്ഷേത്ര നടയിൽ ഭയങ്കര തിരക്കായിരുന്നു. എങ്കിലും അവർക്കും ദേവിയുടെ തിരുമുന്പിലെത്തി കൂപ്പുകൈകളോടെ പ്രാർത്ഥിക്കാൻ അവസരം കിട്ടി. അസാമാന്യ തേജസ്സുറ്റ ദേവിയുടെ പ്രതിഷ്ഠയിലേക്ക് മിഴികളൂന്നി നിൽക്കവെ കുഞ്ഞുകുട്ടന്റെ കാല്പാദത്തിൽ നിന്നും ഒരു വിറയൽ ആരം ഭിച്ചു. ആ വിറയൽ ഒരുതരം ഉന്മാദ നൃത്തച്ചുവടുകളിലേക്ക് നീങ്ങവേ ഭക്തർ നടയിൽ നിന്നും ഒഴിഞ്ഞുമാറി.

കുഞ്ഞുമാളു എന്തു വേണ്ടൂ എന്നറിയാതെ പരിഭ്രമിച്ചു. ഒരു പ്രത്യേക ശക്തിക്കടിമപ്പെട്ടതുപോലെ അയാളുടെ ചുവടു വെപ്പുകൾ അസാമാന്യ വേഗതയിലായിത്തീർന്നു. കുഞ്ഞുമാളു ഭീതിയോടെ കരഞ്ഞുതുടങ്ങിയിരുന്നു. അവൾ അയാളെ പിടി ക്കാൻ ആഞ്ഞെങ്കിലും അയാൾ കുതറി മാറി. അവൾ ദേവിയെ വിളിച്ചു പ്രാർത്ഥിച്ചു. മേൽശാന്തി ശ്രീകോവിലിൽ നിന്നും പുറത്തേക്ക് വന്നു കുഞ്ഞുകുട്ടന്റെ മുഖത്തേക്ക് തീർത്ഥം തളി ച്ചപ്പോൾ, അയാൾ ശക്തി ചോർന്നു പോയതുപോലെ പിറകോട്ടു ചാഞ്ഞു. നടക്കൽ നിന്ന ആരൊക്കെയോ അയാളെ താങ്ങി യെടുത്ത് ക്ഷേത്രമുറ്റത്തെ തിരക്കൊഴിഞ്ഞ ഒരു കോണിൽ കൊണ്ടുപോയി കിടത്തി. അബോധാവസ്ഥയിലായിരുന്ന അയാൾ അപ്പോഴും ചെറുതായി വിറക്കുന്നുണ്ടായിരുന്നു.

കുഞ്ഞുമാളു ശരിക്കും പേടിച്ചു പോയിരുന്നു. ഇതിന് മുൻപൊരിക്കലും കുഞ്ഞുകുട്ടനു ഇത്തരമൊരു അനുഭവം ഉണ്ടായിട്ടില്ലെന്ന് അവളോർത്തു. ദേവി കോപിച്ചതായിരിക്കുമോ എന്നവൾ പേടിച്ചു. ആരൊക്കെയോ അവളെ ആശ്വസിപ്പിക്കു ന്നുണ്ടായിരുന്നു. എല്ലാം ശരിയാകും പേടിക്കാനൊന്നുമില്ലെന്ന് ആരോ പറഞ്ഞു.

കുഞ്ഞുകുട്ടൻ മിഴികൾ പതിയെ തുറന്നു ചുറ്റും നോക്കി. അയാൾക്ക് ഒന്നും ഓർക്കാനായില്ല. കുഞ്ഞുമാളു സംഭവിച്ച തെല്ലാം അയാളോട് പറഞ്ഞു. അയാൾ കൂപ്പുകൈകളോടെ എണീച്ചിരുന്നു.

തൊട്ടടുത്ത് നിന്ന വൃദ്ധയായ സ്ത്രീ പറഞ്ഞു. "ഒന്നും പേടിക്കാനില്ല മക്കളെ. അമ്മ നിങ്ങളെ അനുഗ്രഹിക്കും. ഇടയ്ക്കൊക്കെ അമ്മയെ വന്നു കാണണം കേട്ടോ. "

കുഞ്ഞുകുട്ടന്റെയും കുഞ്ഞുമാളുവിന്റെയും മനസ്സിന് എന്തെന്നില്ലാത്ത ഒരു അയവു തോന്നി. ക്ഷേത്രത്തിലേക്ക് നാല് വശത്ത് നിന്നും ജനം പ്രവഹിക്കുകയായിരുന്നു. വാദ്യ മേള ങ്ങളുടെ ശബ്ദവും, വേല വരവിന്റെ ആരവവും എല്ലാം കൂടി അന്തരീക്ഷം ശബ്ദമുഖരിതമായിരുന്നു. ക്ഷേത്രത്തിന് മുന്നിലെ കുന്നിൻ മുകളിൽ നിന്നും കതിനവെടിയുടെ കാതടപ്പിക്കുന്ന ശബ്ദം ഇടയ്ക്കിടെ മുഴങ്ങിക്കൊണ്ടിരുന്നു. ഇരമ്പിമറിയുന്ന ജനസഹസ്രങ്ങൾക്കിടയിൽ ഭക്തിലഹരിയിൽ കുഞ്ഞുകുട്ടനും കുഞ്ഞുമാളുവും അലിഞ്ഞുചേർന്നു.

●

(2002-03 വർഷം കല്ലുവഴി സർഗചേതന വാർഷിക പതിപ്പിൽ വന്നിട്ടുണ്ട്)

മനോവിചാരങ്ങൾ

പ്രകൃതിശില്പിയാൽ നിർമ്മിതമായ ചാരുവർണ്ണങ്ങളാൽ പ്രശോഭിതമായ ആ മനോഹര സൃഷ്ടിയിൽ ഒരായിരം ഓർമ്മ കളുടെ അനുഭൂതിയുണർത്തുമ്പോൾ നീ എന്നോടൊരുമിച്ച് ഉണ്ടാ യിരുന്നു. എത്ര മനോഹരമാണ് ആ സൃഷ്ടി എന്ന് മൗനനിമിഷങ്ങളിൽ ഞാനോർമ്മിക്കാറുണ്ട്. അതിന്റെ നിമ്നോന്നതങ്ങളിൽ ഒളിഞ്ഞിരിക്കുന്ന സൗന്ദര്യം എത്ര മനോഹരമാണ്.

ഓർത്തുനോക്കൂ... നാം പരിചയപ്പെട്ടത് ആ ശില്പത്തിന്റെ സാന്നിദ്ധ്യത്തിലല്ലെ. ആ നിമിഷത്തെ ഞാനിഷ്ടപ്പെടുന്നു. സായം സന്ധ്യകളിൽ ഇളം ചുവപ്പു കലർന്ന നീലാകാശത്ത് തത്തിക്കളിക്കുന്ന പറവകളെ നോക്കിയിരിക്കുമ്പോൾ എത്രയോ മിഥ്യാ സങ്കല്പങ്ങളാണ് നാം പങ്കിട്ടിരിക്കുന്നത്. അതും ആ ശില്പത്തിന്റെ സാന്നിദ്ധ്യത്തിൽ.

ആ ശില്പം പോലെ നീയും മനോഹരിയാണ്. ഒരു പക്ഷേ, അതിലേറെ. ആ ശില്പം നില്ക്കുന്ന പോസിൽ നീ ഒരിക്കലും അതിനടുത്ത് നില്ക്കരുതേ... എങ്കിൽ ഞാൻ കുഴങ്ങിയതു തന്നെ. കാരണം എനിക്ക് നിന്നെയും ശിൽപത്തെയും വേർതിരിച്ച് അറിയാൻ സാധിച്ചെന്ന് വരില്ല. അത്രക്കു സാദൃശ്യമുണ്ട് രണ്ടുപേർക്കും.

ആ ശിൽപത്തിന്റെ സൃഷ്ടാവായ ശില്പി നിന്നെയാണോ മോഡലായി തിരഞ്ഞെടുത്തത്. അത് നിന്റെ പ്രതിബിംബമാണെന്ന് നിനക്കു തോന്നിയിട്ടുണ്ടോ? എനിക്ക് തോന്നിയിട്ടുണ്ട്. പലപ്പോഴും നിന്നെ കാണാനുള്ള ആശയാൽ ഞാൻ ആ ശിൽപത്തിനരികിൽ എത്താറുണ്ട്.

നിന്നിൽ സ്പന്ദിക്കുന്ന ജീവനുണ്ട്. മാംസപേശിയും രക്തവും ഉണ്ട്. പക്ഷേ, ആ ശില്പത്തിൽ അതൊന്നുമില്ല. എങ്കിലും ആരെയും

ആകർഷിക്കുന്ന നിന്റെ കൊതിപ്പിക്കുന്ന സൗന്ദര്യവും ചൈതന്യവും ആശില്പത്തിൽ തുടിക്കുന്നുണ്ട്. അതെന്നെ ഉന്മേഷഭരിതനാക്കുന്നു.

ആ ശില്പത്തിന്റെ സൃഷ്ടികർത്താവ് ആരാണെന്ന് ആർക്കും അറിയില്ല. എത്രയോ വർഷങ്ങളായി ആ ശില്പം അവിടെ നിൽക്കുന്നു. ശില്പിയെ ആരും അന്വേഷിക്കാറില്ലല്ലോ. ഏതോ നിരാശനായ കാമുകന്റെ ഹൃദയത്തിൽ നിന്നും ഇളക്കി യെടുത്ത് പ്രതിഷ്ഠിച്ച പ്രേമ ശില്പമായിരിക്കും അത്. അതിനു മുൻപിൽ വെച്ച് പരിചയപ്പെട്ടതിനാലാണോ നാം അകന്നത്.

നിന്നിലർപ്പിച്ച എന്റെ സ്നേഹത്തേയും വിശ്വാസത്തേയും നീ വഞ്ചിക്കുകയായിരുന്നു എന്ന് മനസ്സിലാക്കാൻ ഞാൻ വൈകിപ്പോയി. നിന്റെ സുഖമാണ് എന്റെയും സുഖമെന്ന് കരുതിയ ഞാൻ വെറും വിഡ്ഢി. ഒരുപക്ഷേ, നീ ഇന്നത്തെ ജീവിതത്തിൽ വളരെ സന്തുഷ്ടയായിരിക്കാം. ആ സുഖജീവിതം തേടിയാണല്ലോ നീ എന്നിൽ നിന്നും അകന്നത്. പക്ഷേ, എനിക്ക് നിന്നോട് ഒട്ടും പരിഭവമില്ല. നിന്നെ ശപിക്കാനോ വേദനിപ്പിക്കാനോ എനിക്ക് കഴിയില്ല.

നമ്മുടെ സ്നേഹ ബന്ധത്തിന് സാക്ഷ്യം വഹിച്ച മനോഹരമായ ആ ശില്പത്തിന്റെ ശില്പിയോട് എനിക്ക് എന്തെന്നില്ലാത്ത അടുപ്പവും കൃതജ്ഞതയും തോന്നുന്നു. ആ ശില്പി ഞാനായിരുന്നെങ്കിൽ എന്ന് വൃഥാ ആശിച്ചു പോകുകയാണ്.

●

(ഈ കഥ 1985 നവംബർ ലക്കം ഗ്രാമദ്ധ്വനി മാസികയിൽ സങ്കൽപത്തിൽ എന്ന പേരിൽ പ്രസിദ്ധീകരിച്ചിട്ടുണ്ട്.)

കഥ

ടെലഗ്രാം

നഗരത്തിന്റെ ഒരു കോണിലുള്ള കമ്പിയാപ്പീസിലേക്കുള്ള വഴി തീർത്തും വിജനമായിരുന്നു. പ്രധാന റോഡിൽ നിന്നും താഴേക്കിറങ്ങിപ്പോകുന്ന ചെറിയൊരു റോഡ്. റോഡരികിലുള്ള ഇലക്ട്രിക് പോസ്റ്റുകളിൽ ബൾബുകൾ ഒന്നും പ്രകാശിക്കുന്നില്ല. ഇരുൾ തിങ്ങിനിറഞ്ഞ റോഡിലൂടെ ചെറിയൊരു പ്രകാശ വട്ടവുമായി ഓട്ടോറിക്ഷ മുരണ്ടു നീങ്ങവേ അതിലെ യാത്രക്കാരനായ പ്രേംകുമാർ ആലോചിച്ചു.

"സർക്കാർ എന്തുകൊണ്ടാണ് ഈ ആപ്പീസ് നഗരത്തിൽ നിന്നും ഇത്രയകലെയാക്കിയത്?"

പ്രേംകുമാർ വരുന്നത് ടൗണിൽ നിന്നും വളരെ അകലെയുള്ള ഗ്രാമത്തിൽ നിന്നാണ്. അയാളുടെ അയൽവാസിയായ വൃദ്ധൻ മരിച്ചത് സന്ധ്യാസമയത്ത് പെട്ടെന്നായിരുന്നു. വൃദ്ധഭാര്യ മാത്രമെ വീട്ടിലുണ്ടായിരുന്നുള്ളൂ. അവരുടെ നിലവിളി കേട്ടാണ് പ്രേംകുമാർ അങ്ങോട്ട് ചെന്നത്. വൃദ്ധൻ നിലത്ത് മറിഞ്ഞു കിടക്കുകയായിരുന്നു. ഗ്രാമത്തിലുള്ള ഏകവൈദ്യൻ വന്നു പരിശോധിച്ചാണ് മരണം സ്ഥിരീകരിച്ചത്. തൊട്ടടുത്ത വീടുകളിലെ ചിലരും എത്തിയിരുന്നു. വൃദ്ധദമ്പതികളുടെ ബന്ധുക്കളൊന്നും അടുത്തെങ്ങുമില്ലായിരുന്നു.

അവരുടെ മക്കൾ മൂന്നു പേരും അന്യനാടുകളിലായിരുന്നു. മാതാപിതാക്കളെ കാണാൻ വല്ലപ്പോഴും വരുന്നവർ. ഗ്രാമത്തിലെ കവലയിലുള്ള ഏക എസ്ടിഡി ബൂത്തിൽ പോയി അവരുടെ മക്കളെ വിവരം വിളിച്ചറിയിക്കാമെന്ന് കരുതി. നോക്കുമ്പോൾ വൃദ്ധയുടെ കയ്യിൽ ഒരു മകന്റെ കോണ്ടാക്റ്റ് നമ്പറെ ഉള്ളൂ. അതും മകന്റെ അടുത്തുള്ള ഒരു വീട്ടിലെ നമ്പറാണ്. ടെലിഫോൺ ബൂത്തിൽ പോയി ആ നമ്പറിലേക്ക് വിളിച്ചു നോക്കിയപ്പോൾ ആരും എടുക്കുന്നില്ല.

പലവട്ടം ശ്രമിച്ചു നോക്കിയെങ്കിലും ഫലമുണ്ടായില്ല.

ഒരു നല്ല അയൽക്കാരൻ എന്ന നിലയിൽ വൃദ്ധ ദമ്പതികളുടെ മക്കൾക്ക് കമ്പി സന്ദേശം നൽകാമെന്ന് കരുതി അവരുടെ മേൽവിലാസങ്ങൾ വാങ്ങി നഗരത്തിലേക്കു വന്നതാണ്.

ടൗണിൽ പലവട്ടം വന്നിട്ടുണ്ടെങ്കിലും ടെലിഗ്രാഫ് ആപ്പീസ് എവിടെയാണെന്ന് അയാൾക്കറിയില്ലായിരുന്നു. ബസ്സിറങ്ങി അന്വേഷിച്ചപ്പോൾ നഗരത്തിന്റെ മറ്റൊരിടത്താണ് കമ്പി ആപ്പീസ് എന്നറിഞ്ഞു. ആകെയുള്ള ഒരോട്ടോക്കാരനെ സമീപിച്ച് അയാൾ കമ്പി ആപ്പീസിലേക്ക് പോകണമെന്ന് പറഞ്ഞപ്പോൾ അയാൾ ഒന്നാലോചിച്ച് പതിനഞ്ചു രൂപയാകും എന്ന് പറഞ്ഞു. ശരി എന്നും പറഞ്ഞ് ഓട്ടോറിക്ഷയിൽ കയറിയതാണ് പ്രേംകുമാർ. കടകളെല്ലാം അടച്ചു തുടങ്ങിയിരിക്കുന്നു. ഓട്ടോ കുറെ ഓടി ഒരിടവഴിക്കടുത്ത് നിർത്തി, ഡ്രൈവർ പറഞ്ഞു.

“സാറെ ഈ കാണുന്ന വഴിയിലൂടെ രണ്ട് മിനിട്ട് നടന്നാൽ മതി. വണ്ടി അങ്ങോട്ട് പോകില്ല.”

“ശരി. വണ്ടി ഒരഞ്ചു മിനിട്ട് നിർത്തണേ. ഉടനെ വന്നേക്കാം.”

പ്രേംകുമാർ അത് പറഞ്ഞപ്പോൾ ഡ്രൈവർ നിഷേധ സ്വരത്തിൽ പറഞ്ഞു.

“അതു പറ്റില്ല. പൈസ തന്നിട്ട് പൊയ്ക്കോളൂ.. എനിക്ക് വേറെ ഓട്ടമുള്ളതാ.. “

പ്രേംകുമാർ അയാൾക്ക് പതിനഞ്ചു രൂപ കൊടുത്ത് ഇരുട്ടി ലൂടെ തപ്പിത്തടഞ്ഞ് നടന്നു.

അല്പം നടന്നപ്പോൾ ടെലിഗ്രാഫ് ആഫീസ് എന്ന ബോർഡ് കണ്ടു. പക്ഷേ കതക് പൂട്ടിയിരിക്കുന്നു. എട്ടു മണി വരെയെ ആപ്പീസ് ഉള്ളൂ എന്ന് എഴുതി വെച്ചിരിക്കുന്നു. സമയം ഒമ്പതാകാറായി. ഇനി എന്തു ചെയ്യും എന്നറിയാതെ അയാൾ ബസ് സ്റ്റാൻഡിലേക്ക് തിരിച്ചു നടന്നു. കുറെ നടന്നപ്പോഴാണ് ഒരു ഓട്ടോ കിട്ടിയത്. ഇനി രാവിലെ വന്ന് കമ്പി അടിക്കാം. പക്ഷേ താൻ വീട്ടിലേക്ക് തിരിച്ചെങ്ങിനെ പോകും എന്ന കാര്യം അയാളെ വ്യാകുലപ്പെടുത്തി. ഈ സമയത്ത് ഒരു ട്രാൻസ്പോർട്ട് ബസ്സ് തന്റെ ഗ്രാമത്തിലൂടെ പോകാറുണ്ടല്ലോ എന്ന യാളോർത്തു തിരക്കൊഴിഞ്ഞ മങ്ങിയ വെളിച്ചമുള്ള സ്റ്റാൻഡിൽ അയാൾ പ്രതീക്ഷയോടെ ട്രാൻസ്പോർട്ട് ബസ്സിനായി കാത്തു നിന്നു.

●

(ഈ കഥ ആളൂരിൽ നിന്നും ഇറങ്ങുന്ന ഗ്രാമദ്ധ്വനി മാസികയിൽ 1994 ഫെബ്രുവരിയിൽ ഇനിയും കഥ തുടരും എന്ന പേരിൽ വന്നിട്ടുണ്ട്.)

വിപ്ലവം നഷ്ടപ്പെട്ടവർ

നിരത്തുമുഴുവൻ ജനങ്ങളാൽ നിറഞ്ഞിരുന്നു. വിശാലമായ മൈതാനത്തിലെ മനോഹരമായി കെട്ടി ഉയർത്തിയ കലോത്സവ ആഡിറ്റോറിയത്തിലേക്കുള്ള ജനപ്രവാഹത്തിൽ ഞാനും സുഹൃത്ത് ചന്ദ്രനും വേർപിരിഞ്ഞു പോകാതിരിക്കാൻ വളരെ പണിപ്പെട്ടു. ജനപ്രളയത്തിൽ കുടുങ്ങി അവിടവിടെയായി വാഹന ങ്ങൾ മുൻപോട്ടോ പിറകോട്ടോ പോകാൻ കഴിയാതെ ഹോറണടിച്ച് നിന്നു.

ഞാനും ചന്ദ്രനും വായുവിലൂടെ ഒഴുകുന്നതുപോലുള്ള ഒരു അനു ഭവത്തിലായിരുന്നു. ജനത്തള്ളലിൽ പലപ്പോഴും ഞങ്ങൾ ഭൂനിര പ്പിൽ നിന്നുയർന്നു. ആ തിരക്കിൽ നിന്നും പുറത്തേക്കു കടക്കാനും സാധ്യമല്ലാതായിരിക്കുന്നു. അങ്ങിനെ ഒരുവിധം ഞങ്ങൾ ആ വർണ്ണ ബൾബുകൾ മിന്നുന്ന മനോഹരമായ ആഡിറ്റോറിയത്തിന് അടുത്തേ ക്ക് എത്തിക്കൊണ്ടിരിക്കയായി രുന്നു..

പെട്ടെന്നാണത് സംഭവിച്ചത്. ഞങ്ങൾക്ക് മുന്നിലുള്ള ജനം പിറകോട്ട് തിരിഞ്ഞ് ഓടാനായുന്നു. തിക്കിത്തിരക്കി മുന്നിലെ ജനമത്രയും പിന്നിലേക്കു തിരിഞ്ഞപ്പോൾ ഞങ്ങൾ കാര്യമറി യാതെ അന്ധാളിച്ചുപോയി.

"പട്ടാളം വരുന്നേ.... ജീവൻ വേണേൽ ഓടിക്കോ...."

ആരോ വിളിച്ചു പറയുന്നത് കേട്ടു.

"പട്ടാളമൊന്നുമല്ലെന്നേ. പോലീസാ". മറ്റാരോ തിരുത്തി.

തിരക്കിൽ ഓടാൻ പറ്റില്ലല്ലോ. തിക്കിത്തിരക്കിൽ ചിലർ നിലത്തു വീണു. അതൊന്നും ആരും ശ്രദ്ധിക്കുന്നുണ്ടായിരുന്നില്ല. സ്ത്രീകളുടേയും കുട്ടികളുടേയും കരച്ചിൽ, ചെറുപ്പക്കാരുടെ അലർച്ച,

അട്ടഹാസം. ആകെ ബഹളമയം. ധൈര്യത്തിൽ പിൻപനായ ഞാനും സുഹൃത്തിനെ പിടിച്ചു വലിച്ച് ഓട്ടമാരംഭിച്ചു. പക്ഷേ, സുഹൃത്ത് എന്നെ തടഞ്ഞു.

"ഛെ...ഇത്ര ധൈര്യമില്ലാതായാലോ? കുഴപ്പമൊന്നുമുണ്ടാകില്ല. ആരും നമ്മെ വെറുതെ ഒന്നും ചെയ്യില്ല."

സുഹൃത്തിന്റെ നിർബന്ധം സഹിക്കവയ്യാതായപ്പോൾ സംഭ രിച്ച പകുതി ധൈര്യത്തോടെ ഒപ്പം നടന്നു. ജനം ചിന്നിച്ചിതറി അവിട വിടെയായി കൂട്ടം കൂടി നിന്നിരുന്നു. റോഡിൽ നിറയെ ചെരിപ്പുകളും മറ്റും ചിതറി കിടന്നിരുന്നു. പോലീസിന്റെ വലിയൊരു സംഘം ലാത്തിയും ടിയർഗ്യാസും മറ്റുമായി നിന്നിരുന്നു. പരിചയക്കാരനായ ഒരു പോലീസുകാരനെ കണ്ടപ്പോൾ ചന്ദ്രൻ കാര്യം തിരക്കി.

ഉദ്ഘാടനത്തിന് വരുന്ന മുഖ്യമന്ത്രിയെ തടയാനും കലോത്സവം അലങ്കോലപ്പെടുത്താനും ചിലർ ശ്രമിക്കുമെന്ന രഹസ്യ വിവരമറി ഞ്ഞ് വൻ പോലീസ് സന്നാഹം വരുന്നതു കണ്ട് അക്രമത്തിനു വന്നവർ ഭയന്നു പോയി. അവരാണ് തിക്കിത്തിരക്കി ജനങ്ങളെ പരിഭ്രാന്തരാക്കിയത്. കൂട്ടം തെറ്റിയ കുട്ടികളുടെ രക്ഷിതാക്കളെ കണ്ടെത്തണം, പരുക്കേറ്റവരെ ആശുപത്രിയിലാക്കണം അങ്ങിനെ പോലീസിന് ജോലി ഒഴിഞ്ഞ നേരമില്ല.

പാവം പോലീസ്. പാവം ജനം.

ഇങ്ക്വിലാബ് സിന്ദാബാദ്. വിപ്ലവകാരികൾ വാഴട്ടെ.

●

(പൊന്നാനിയിലെ സമർപ്പണം മാസികയിൽ 1982 ജൂണിൽ വന്നത്)

ഭ്രാന്തൻ മല

"അങ്ങോട്ട് നോക്കൂ.... ആ കാണുന്നതാണ് ഭ്രാന്തൻ മല." രവിയോടു ചേർന്നു നടന്നുകൊണ്ട് സതി വിരൽ ചൂണ്ടി.

"നേരം ഇരുട്ടിയാൽ ആ ഭാഗത്തുകൂടി ആളുകൾ പോകാറില്ല. അത്രക്ക് പേടിയാണ്, എല്ലാവർക്കും." സതി ഇത്രയും പറഞ്ഞു കഴിഞ്ഞപ്പോൾ ചിരി അമർത്താൻ പാടു പെടുകയായിരുന്നു രവി. എന്നിട്ടും ചിരി പൊട്ടി.

"രവ്യേട്ടനെന്താ ചിരിക്കുന്നത്?"

സതി അന്വേഷിച്ചു.

"നിന്റെ തമാശ കേട്ടിട്ടു തന്നെ."

രവി പറഞ്ഞു.

വിശ്വാസം വരുന്നില്ലെങ്കിൽ വീട്ടിൽ അമ്മയോടോ മറ്റോ ചോദിച്ചു നോക്കൂ. സതി ദ്വേഷ്യത്തോടെ പറഞ്ഞു.

ദിവസങ്ങൾക്കു മുൻപു മാത്രം വിവാഹിതരായ രവിയും, സതിയും ഒരു സായാഹ്നത്തിൽ സതിയുടെ ഗ്രാമം ചുറ്റി കറങ്ങാൻ ഇറങ്ങിയതാണ്. ശബ്ദമുഖരിതമായ നഗരത്തിൽ വളർന്ന രവിക്ക് ഗ്രാമത്തിന്റെ നിശ്ശബ്ദ സൗന്ദര്യം വളരെയേറെ ഇഷ്ടപ്പെട്ടു.

വിഷു അടുത്തു വരുന്നതിന് തെളിവായി എങ്ങും കണിക്കൊന്നകൾ പൂത്തു നില്ക്കുന്നുണ്ട്. വിത്തും കൈക്കോട്ടും പാടിക്കൊണ്ട് ദേശാടനം നടത്തുന്ന വിഷുപ്പക്ഷികൾ നീലാകാശത്തിലൂടെ ഊളിയിട്ടു പറന്നു പോയി.

രവിയേട്ടന് ഭ്രാന്തൻ മലയെക്കുറിച്ച് എങ്ങിനെയാണ് വ്യക്തമാക്കി കൊടുക്കുക എന്നതായിരുന്നു സതിയുടെ ചിന്ത. താൻ ജനിച്ചു വളർന്ന കൊച്ചു ഗ്രാമത്തെ കുറിച്ചും അവിടുത്തെ ശാപമായി പറയപ്പെടുന്ന ഭ്രാന്തൻ മലയെക്കുറിച്ചും അവൾക്ക് വ്യക്തമായി അറിയാം.

അവൾ വീണ്ടും ആ വിഷയത്തിലേക്കു തന്നെ കടന്നു

"ഭ്രാന്തൻ മലയുടെ കഥ അറിഞ്ഞു കഴിഞ്ഞാൽപ്പിന്നെ രവി യേട്ടന്റെ ഈ ധൈര്യവും തന്റേടവും ഒക്കെ എവിടെപോയി എന്നു ചോദിച്ചാൽ മതി."

സതി അയാളുടെ വലതു കൈപ്പത്തി തന്റെ കരങ്ങൾക്കു ള്ളിലാക്കി അയാളോട്ടു ചേർന്നു നടന്നുകൊണ്ട് ആ കഥ പറഞ്ഞു തുടങ്ങി.

"ഭ്രാന്തൻ മലയുടെ മുകളിൽ ഒരു മനുഷ്യ രൂപത്തിൽ കാണുന്ന ആ വലിയ പാറയില്ലെ, അതാണ് കണ്ടൻ പറയൻ. ദുർമന്ത്രവാദിയാ യിരുന്ന അയാൾ എത്ര കുടുംബങ്ങളെയാ ണെന്നോ കണ്ണീരിലാഴ്ത്തിയി രിക്കുന്നത്. അയാൾക്ക് ദ്വേഷ്യമുള്ള വരെയെല്ലാം പലവിധത്തിലും ഉപദ്രവിക്കുമായിരുന്നു. ഒടിവിദ്യ നല്ല വശമുള്ള അയാൾ രാത്രികാല ങ്ങളിൽ കൃത്രിമ വേഷം പൂണ്ട് നടക്കുമായിരുന്നു. ഇതു കണ്ട് പേടിച്ച് ഭ്രാന്തിളകിയവർ തന്നെ ഈ നാട്ടിൽ ഒരു പാടുപേരുണ്ട്. ഇങ്ങനെ പറഞ്ഞു തുടങ്ങിയാൽ കണ്ടൻ പറയനെക്കുറിച്ച് ഭയപ്പെടുത്തുന്ന ഒരുപാട് കഥകൾ പറയാനുണ്ട്".

സതി രവിയുടെ മുഖത്തേക്ക് നോക്കി ഇത്രയും കൂടി പറഞ്ഞു.

"കണ്ടോ.... ധൈര്യം നടിച്ചിരുന്ന ചേട്ടന്റെ മുഖം ചുളി ഞ്ഞിരി ക്കുന്നത്."

"ഹോ... അതു ശരി. ആർക്കാണിപ്പോൾ പേടി മുളച്ചിരിക്കുന്നത് എന്ന് ഞാൻ പറയുന്നില്ല." രവി ചിരിച്ചുകൊണ്ട് അതു പറഞ്ഞപ്പോൾ സതി മുഖം താഴ്ത്തി.

"സതീ ... നമുക്ക് കുന്നിൻ മുകളിൽ ഒന്നു കയറിയിട്ട് വരാം. മലയുടെ മുകളിൽ നിന്നും ഈ ഗ്രാമം നോക്കി കാണാൻ നല്ല രസമാ യിരിക്കും." അത് കേട്ടതും സതി എതിർത്തു.

"വേണ്ട, അങ്ങോട്ടൊന്നും പോകേണ്ട. സമയം വൈകി. ഇരുട്ടും മുൻപ് വീട്ടിലെത്തണമെന്ന് അമ്മ ഓർമ്മിപ്പിച്ചത് കേട്ടില്ലേ. വേണ മെങ്കിൽ മലയുടെ താഴെ വരെ ചെല്ലാം."

ശരിയെന്ന് തലയാട്ടി കൊണ്ട് അയാൾ നടന്നു. ഒപ്പം അവളും. അവർ നടന്ന് കുന്നിൻ മുകളിലേക്ക് നീളുന്ന ഒറ്റയടി പ്പാതയിലെത്തി. രവി മലമുകളിലേക്ക് നടക്കാനാഞ്ഞപ്പോൾ സതി തടഞ്ഞു.

"രവ്യേട്ടാ... ഇവിടെ വരെ മതി. അങ്ങോട്ടു പോവേണ്ടാ. കണ്ടൻ പറയന്റെ ഉപദ്രവം ഇപ്പോഴും ഉണ്ടെന്നാണ് പറയപ്പെടുന്നത്. ഒരു നമ്പൂതിരിയുടെ ശാപമേറ്റ് പാറയായി തീർന്നെങ്കിലും ആ പാറക്കടുത്തു

കൂടി പോകുന്നവർക്ക് ഇപ്പോഴും അപകടങ്ങൾ സംഭവിക്കാറുണ്ട്."

മലയുടെ മുകളിലേക്ക് പോകുന്ന കാര്യം അവൾക്ക് ഓർക്കാൻ കൂടി കഴിയുമായിരുന്നില്ല. നടന്നതെന്ന് പറയപ്പെടുന്ന ആ ഭീകര കഥകൾ ചിലതു കൂടി പറഞ്ഞ് രവിയെ പിന്തിരിപ്പിക്കാൻ അവൾ ശ്രമിച്ചെങ്കിലും രവി കൂട്ടാക്കിയില്ല. ഗത്യന്തരമില്ലാതെ സതി രവി യോടൊപ്പം നടന്നു. പരിസരം തീർത്തും വിജനമായിരുന്നു. രവിയുടെ ബലിഷ്ഠമായ കൈകളിൽ മുറുകെ പിടിച്ച് ഉരുളൻ കല്ലുകളിലൂടെ വളരെ ആയാസപ്പെട്ടാണ് സതി മുകളിലേക്ക് നടന്നത്. ഭീമാകാര മായ പാറയോട് അടുക്കും തോറും സതി ഭയത്തിന്റെ കരങ്ങൾക്കു ള്ളിൽ അമർന്നു കൊണ്ടിരുന്നു.

പെട്ടെന്ന് ഒരു ഉരുളൻ കല്ല് മുകളിൽ നിന്നും അവർ ക്കരികി ലൂടെ ഉരുണ്ടു വീണപ്പോൾ സതിയുടെ ശേഷിച്ച ധൈര്യവും ചോർന്നു പോയി. അവൾ രവിയെ പിറകോട്ട് വലിച്ചുകൊണ്ട് നിറമിഴിക ളോടെ പറഞ്ഞു.

"രവ്യേട്ടാ... ആപത്ത് നമുക്ക് ചുറ്റുമുണ്ട്. ഇപ്പോൾ തന്നെ ഒരു കല്ല് തനിയെ ഉരുണ്ടു വീണത് കണ്ടോ?"

പതിയെപ്പതിയെ ചുറ്റും വല വിരിച്ചുകൊണ്ടിരുന്ന ഇരുളിലേക്ക് അവൾ ഭീതിയോടെ നോക്കി. ചീവീടുകളുടേയും മറ്റു ജീവികളുടെയും കാതടിപ്പിക്കുന്ന ശബ്ദം അവൾക്ക് അരോചകമായി തോന്നി. അവൾ വീണ്ടും അയാളെ പിന്തിരി പ്പിക്കാൻ നോക്കി.

"ഞാൻ പറയുന്നത് കേൾക്കു രവ്യേട്ടാ... നമുക്ക് വീട്ടിലേക്കു മടങ്ങാം."

"നാം ഇത്രയും ദൂരം വരെ എത്തിയതല്ലെ. ഇനി കുറച്ചു കൂടി നടന്നാൽ മതിയല്ലോ. നീ ധൈര്യമായി ഇരിക്ക്. ഞാനല്ലേ കൂടെയു ള്ളത്." രവി പിൻമാറാൻ തയ്യാറല്ലായിരുന്നു.

കാട്ടുപൊന്തകൾക്കിടയിലൂടെ അവർ നടന്നു. രവി സതിയുടെ അരക്കെട്ടിലൂടെ കൈ ചുറ്റി അവൾക്ക് ധൈര്യം പകർന്നു കൊണ്ട് വീണ്ടും മലമുകളിലേക്ക് നടന്നു. നിലാവിന്റെ നേർത്ത രശ്മികൾ ഇരുട്ടിന്റെ കാഠിന്യം കുറച്ചിരുന്നു.

ആകസ്മികമായാണ് ആ കൂറ്റൻ പാറയുടെ സമീപത്തുനിന്ന് പൊട്ടിച്ചിരി പോലെ ഒരു ശബ്ദം കേട്ടത്. അവ്യക്തമായ ഒരുതരം ചിലമ്പിച്ച സ്വരം. ശബ്ദം നിന്നു കഴിഞ്ഞിട്ടും അതിന്റെ അലകൾ കുന്നിൻ മുകളിലൂടെ ഭയാനകമായി ഒഴുകി നടന്നു.

ഒരു നിമിഷം രവി അന്ധാളിച്ചു പോയി. സതിയുടെ കൈകൾ ശക്തിയോടെ രവിയെ ചുറ്റിവരിഞ്ഞു. അവൾ ഭയം കൊണ്ട് വിറക്കാൻ

തുടങ്ങിയിരുന്നു. അയാളുടെ ചുമലിൽ തല ചായ്ച്ച് അവൾ തളർന്നു നിന്നു.

ശബ്ദം കേട്ട സ്ഥലത്തേക്ക് രവി സൂക്ഷിച്ചു നോക്കിയെങ്കിലും ഒന്നും കാണാനായില്ല. സതി ക്ഷീണിതയായി ഭയത്തോടെ മൂളുന്നത് കേട്ടപ്പോൾ അയാൾ അവളുടെ മുഖം ഉയർത്തി നോക്കി.

അവളുടെ മിഴികൾ അടഞ്ഞു പോയിരുന്നു. അവൾ വല്ലാതെ ഭയന്നു പോയിരിക്കുന്നു എന്ന് അയാൾക്കു മനസ്സിലായി. കുഴഞ്ഞു വീഴാൻ പോയ സതിയെ അയാൾ താങ്ങിപ്പിടിച്ചു.

ഇപ്പോൾ രവി ശരിക്കും ഭയപ്പെട്ടു കഴിഞ്ഞിരുന്നു. സതിയേയും കൂട്ടി ഈ സമയത്ത് ഇങ്ങോട്ട് വരരുതായിരുന്നു എന്ന് അയാളുടെ മനസ്സ് മന്ത്രിച്ചു. അയാൾ താഴ്‌വാരത്തേക്ക് നോക്കി. അവിടവിടെയായി ചില വീടുകളിൽ മങ്ങിക്കത്തുന്ന വിളക്കുകൾ കാണാം. അങ്ങകലെ ഭഗവതി അമ്പലത്തിലെ മെർക്കുറി വെളിച്ചത്തിന്റെ ശോഭ തെളിഞ്ഞു കാണാം. അയാൾ അവളെ കുലുക്കി വിളിച്ച് ഉണർത്താൻ ശ്രമിച്ചു.

അപ്പോഴാണ് തങ്ങൾ വന്ന വഴിയെ ചിലർ ടോർച്ചടിച്ചു കയറി വരുന്നത് കണ്ടത്. തങ്ങളെ അന്വേഷിച്ച് ആരെങ്കിലും വരികയായിരിക്കുമോ എന്നയാൾ സംശയിച്ചു. സതിയുടെ വീട്ടുകാരോട് എന്തു സമാധാനം പറയും എന്നോർത്ത് അയാൾ വേവലാതി പൂണ്ടു. സതി പറഞ്ഞത് താൻ കേൾക്കണമായിരുന്നു എന്നയാൾക്കു തോന്നി. ഈ നാടിന്റെ അഭിരുചിക്കനുസരിച്ചു വളർന്നു വന്ന വേണ്ടത്ര മനോധൈര്യമില്ലാത്ത ഒരു പെൺ കുട്ടിയെ താൻ നിർബന്ധപൂർവ്വം ഇങ്ങോട്ട് കൊണ്ടു വരിക യായിരുന്നല്ലോ എന്ന് അയാൾ വിഷമത്തോടെ ഓർത്തു.

പൂനിലാവ് പോലെ നിഷ്ക്കളങ്കമായ, ഗ്രാമീണ സൗന്ദര്യം മുഴുവൻ തുടിച്ചു നില്ക്കുന്ന സതിയുടെ മുഖത്തേക്ക് പശ്ചാത്താപത്തോടെ രവി നോക്കി. അയാളുടെ മിഴിക്കോണുകളിൽ കണ്ണുനീർ ഇറ്റു നിന്നു. രവി സതിയെ താങ്ങിപ്പിടിച്ച് സമീപത്തുണ്ടായിരുന്ന കല്ലിൽ ഇരുന്നു. അവളുടെ തല തന്റെ മടിയിലേക്ക് ചായ്ച്ചു വെച്ചു. എന്നിട്ടയാൾ പ്രതീക്ഷയോടെ അടുത്തടുത്ത് വരുന്ന ടോർച്ച് വെളിച്ചങ്ങളിലേക്ക് നോക്കി.

●

(ഈ കഥ കോട്ടയം അവന്തിയുടെ മഞ്ജരിയിൽ പറയൻകുന്ന് എന്ന പേരിൽ പ്രസിദ്ധീകരിച്ചിട്ടുണ്ട്).

വികാരം മരിച്ച മുഖം

സമയം രാത്രി പത്തു മണി കഴിഞ്ഞിരിക്കുന്നു. ഞാൻ നഗരത്തിനുള്ളിലെ ഇടുങ്ങിയ പാതയിലൂടെ ലോഡ്ജിലേക്ക് നടക്കുകയായിരുന്നു. കടകളെല്ലാം അടഞ്ഞു കഴിഞ്ഞിരിക്കുന്നു. ചെറുകവലകളിൽ തട്ടുകടകൾ തുറന്നിരിക്കുന്നു. നാളെ ഞായർ അവധിയാണ്. ഓഫീസിലെ ജോലിത്തിരക്കിൽ നിന്നും തല്ക്കാലം രക്ഷപ്പെട്ടല്ലോ എന്നോർത്തപ്പോൾ ഉന്മേഷം തോന്നി. ആഹ്ലാദബിന്ദുക്കളെ സിഗരറ്റിന്റെ പുകയിലൂടെ ഊതിവിട്ടു കൊണ്ട് മന്ദം നടന്നു. അപ്പോഴാണ് ആ ദൃശ്യം കണ്ണിൽ പെട്ടത്.

അടഞ്ഞുകിടക്കുന്ന കടയുടെ തിണ്ണയിൽ ഒരു യുവതി ഇരിക്കുന്നു. കൃത്രിമമായി ഉണ്ടാക്കിയ മിനുക്ക സൗന്ദര്യത്തോടെ വില കുറഞ്ഞ ഗിൽട്ട് തുന്നിയ വോയിൽ സാരിയിൽ പൊതിഞ്ഞ ഇരുനിറ ശരീരവുമായി അവൾ ഇരിക്കുന്നു. കയ്യിലുള്ള ചെറിയ ബാഗിൽ അവൾ എന്തോ പരതുകയായിരുന്നു. മുഷിഞ്ഞു ചുരുട്ടിയ നോട്ടുകൾ അവൾ എണ്ണി തിട്ടപ്പെടുത്തുകയാണെന്ന് തോന്നുന്നു. വഴി വിളക്കിന്റെ മങ്ങിയ വെളിച്ചത്തിൽ ആ സ്ത്രീയെ അവ്യക്തമായെ കാണുന്നുള്ളൂ.

ഞാൻ സ്വാഭാവികമായ കൗതുകത്തോടെ ഒരു നിമിഷം അവളെ നോക്കി. അവൾ ആരായിരിക്കാമെന്ന് ഞാനൂഹിച്ചു. അവളുടെ ചുണ്ടിൽ പുഞ്ചിരി തത്തിക്കളിച്ചിരുന്നു. അശ്രദ്ധയാലെന്നവണ്ണം അവളുടെ സാരിത്തുമ്പ് മാറിൽ നിന്നും ഊർന്നു വീഴുന്നുണ്ടായിരുന്നു. അവൾ ഇടക്കിടെ നാലു ചുറ്റും പാളി നോക്കുന്നുമുണ്ട്. അപ്പോളാണ് അവൾ എന്നെ കണ്ടത്. അവളുടെ മിഴികൾ എന്നെ മാടി വിളിച്ചു. ഞാൻ പെട്ടെന്ന് നടന്നു നീങ്ങി.

"ഹെയ്... സാറെ എന്തെ പൊയ്ക്കളഞ്ഞത്? നിൽക്ക്, പേടിക്കുകയോന്നും വേണ്ട.

പിറകിൽ നിന്നും അവളുടെ ശബ്ദം കേട്ടപ്പോൾ ഞെട്ടിപ്പോയി. എന്റെ കാലടികൾക്ക് വേഗത കൂടിയിരുന്നു. ജീർണിച്ച സമൂഹത്തിന്റെ എത്രയോ മുഖങ്ങളിൽ ഒന്നായിരുന്നു അത്. നിർവികാരതയുടെ മുഖം,

●

(ഈ മിനി കഥ തൃശ്ശൂർ ആളൂരിലെ ഗ്രാമദ്ധ്യനി മാസികയിൽ 1986 ജൂണിൽ അച്ചടിച്ചിട്ടുണ്ട്)

സംവരണം

ബസ്സിൽ നിറയെ ആളുകളായിരുന്നു. ആ തിരക്കിനിടയിൽ പിഞ്ചു കുഞ്ഞിനേയും ഒക്കത്ത് വെച്ച് മദ്ധ്യവയസ്സ കടന്ന അയാൾ കമ്പിയിൽ പിടിച്ച് വിഷമിച്ചു നിന്നു. കുഞ്ഞ് ചെറുതായി കരയുന്നുണ്ടായിരുന്നു. അയാൾക്ക് ക്ഷീണവും പനിയുമുണ്ടായിരുന്നു.

വിവാഹം കഴിഞ്ഞ് ഒരുപാട് കാലം കഴിഞ്ഞാണ് ഒരു കുഞ്ഞുണ്ടായത്. കുഞ്ഞിന് രണ്ടു വയസ്സാകുന്നു. അയാൾക്കും ഭാര്യക്കും പനിയായിരുന്നു. ആ പനി കുട്ടിയിലേക്കും പകർന്നു. ഗ്രാമത്തിലെ ഏക നാട്ടുവൈദ്യന്റെ ചികിൽസ നോക്കി എങ്കിലും ഫലം കണ്ടില്ല. ഒരു ഡോക്ടറെ കാണാൻ ടൌണിലേക്ക് ബസ്സ് കയറിയതാണ്. അയാളുടെ നാട്ടിലൂടെ വല്ലപ്പോഴുമെ ഒരു ബസ്സ് വരികയുള്ളൂ.

സീറ്റുകളിൽ അമർന്നിരുന്ന് മയങ്ങുന്നവരെയും വഴിയോര ക്കാഴ്ചകൾ കാണുന്നവരേയും മനോവിചാരത്തിൽ മുഴുകി യവരെയും അയാൾ പ്രതീക്ഷയോടെ നോക്കി. ചിലർ കൺകോണുകളിലൂടെ അയാളെ ഒന്നു നോക്കിയ ശേഷം പുറത്തേക്ക് കണ്ണും നട്ട് ഇരുന്നു. കണ്ടക്ടറുടെയും പിറകിലെ യാത്രക്കാരുടെയും സമ്മർദ്ധത്താൽ അയാൾ എത്തിപ്പെട്ടത് സ്ത്രീകളുടെ സീറ്റിനരികിലായിരുന്നു. ഒരു സീറ്റിൽ ഒരു യുവതി ഇരിക്കുന്നുണ്ടായിരുന്നു. കാലിയായ സീറ്റ് കണ്ട പ്പോൾ അവിടെ ഇരുന്നാലോ എന്ന് ഒരു വേള അയാൾ ചിന്തിച്ചു. പക്ഷേ അഭിമാനം സമ്മതിച്ചില്ല.

കുറച്ചു നേരം കൂടി കഴിഞ്ഞപ്പോൾ കുട്ടിയെ എടുത്തു നിൽക്കുന്ന മദ്ധ്യവയസ്കന് തന്റെ കാലുകളും കൈകളും തളരുന്നതായി തോന്നി. ഇനിയും പിടിച്ചു നിൽക്കാൻ തനിക്കാകില്ലെന്ന് ഉറപ്പായ നിമിഷം അയാൾ യുവതിയുടെ തൊട്ടടുത്ത ഒഴിഞ്ഞ സീറ്റിൽ ഇരുന്നു. അയാൾ വിയർത്തു കുളിച്ചിരുന്നു. പരവശനായി കണ്ണടച്ച് സീറ്റിൽ ചാരികിടന്നു.

തികട്ടി വന്ന കോപത്തോടെ യുവതി എണീച്ച് നിന്ന് അയാളെ ചീത്ത വിളിച്ചു. സ്ത്രീകളുടെ സീറ്റിൽ അതിക്രമിച്ച് ഇരിപ്പുറപ്പിച്ചതാണെന്ന യുവതിയുടെയും അവരെ അനുകൂലി ക്കുന്ന ചിലരുടെയും വാദത്തെ തുടർന്ന് കണ്ടക്ടർ അയാളെ എണീൽപ്പിക്കാൻ ശ്രമിച്ചു. പക്ഷേ സാധിച്ചില്ല. ആ പാവം മനുഷ്യനു ബോധം നഷ്ടപ്പെട്ടിരുന്നു. യുവതിയും കണ്ടക്ടരും യാത്രക്കാരും ഞെട്ടിപ്പോയി. ബോധരഹിതനായി കിടക്കുന്ന അയാളുടെ മടിയിൽ പാവം കുഞ്ഞ് വാവിട്ട് കരഞ്ഞു കൊണ്ടിരുന്നു.

●

(കോഴിക്കോട്ടു നിന്നും പ്രസിദ്ധീകരിക്കുന്ന " പ്രദീപം" ദിനപത്രം ഓണം സപ്ലിമെൻ്റിൽ 1982 ആഗസ്റ്റിൽ ഈ കഥ വന്നിരുന്നു.)

വേഗതയുടെ ഫലം

മിനർവ. അവൾ സുന്ദരിയാണ്. അതിലേറെ ഊർജസ്വലയും. അവൾക്കും മോഹങ്ങളുണ്ടായിരുന്നു. നിറമുള്ള കൊച്ചു കൊച്ചു മോഹങ്ങൾ. ആ സ്വപ്നങ്ങൾക്ക് നിറം പകരാനായി അവൾക്കൊരു കൂട്ടുകാരനെ കിട്ടി. പേര് ജോൺ മാത്യു.

മിനർവ - ജോൺ മാത്യു. കൗമാര പ്രായക്കാരാണവർ. കോളേജിലെ തണൽ മരങ്ങൾക്കിടയിലെ കോൺക്രീറ്റ് പാതയിലൂടെ അവർ കൈകോർത്ത് നടക്കും. അവരെപ്പോലെ കൗമാരസ്വപ്നങ്ങൾ പേറുന്ന മറ്റു പല ജോഡികളെയും തണൽ മരങ്ങൾക്കു താഴെയായി കാണാം.

മിനർവയും ജോണും പണക്കാരുടെ മക്കളാണ്. അല്ലലില്ലാത്ത ജീവിതം. മിനർവയെ അച്ഛൻ കാറിലാണ് കോളേജിലേക്ക് കൊണ്ടുവന്നാക്കുന്നത്.ജോൺ ബൈക്കിലും. ഒഴിവുവേളകൾ അവർ പാർക്കിലും റസ്റ്റോറന്റിറി ലും മറ്റുമായി ചിലവഴിച്ചു.

ജോൺ മാത്യുവിന്റെ അരക്കെട്ടിലൂടെ ചുറ്റിപ്പിടിച്ചിരുന്ന് ബൈക്കിൽ പറക്കാൻ എന്നും മിനർവക്ക് കൊതിയായിരുന്നു. ജോൺ എപ്പോഴും നല്ല വേഗതയിൽ മാത്രമെ ബൈക്കോടിക്കൂ. വീണ്ടും സ്പീഡ് കൂട്ടാൻ മിനർവ അവനെ വാശി കയറ്റു മായിരുന്നു. വേഗത രണ്ടു പേർക്കും ഒരാവേശമായിരുന്നു. തിരക്കേറിയ നഗര വീഥികളൊന്നും അവർക്കൊരു പ്രശ്ന മായിരുന്നില്ല. എന്നാൽ അതിനൊരു അന്ത്യം വന്നപ്പോൾ, അത് അവരുടെ ജീവിതത്തെ ത്തന്നെ ബാധിച്ചു.

ഒരു വെള്ളിയാഴ്ച കോളേജ് വിട്ട് രണ്ടു പേരും ബൈക്കിൽ പറപ്പിച്ചു വരികയായിരുന്നു. റോഡിലൂടെ വാഹനങ്ങൾ തലങ്ങും വിലങ്ങും ഇരമ്പിപ്പായുന്നു. ഒരു വളവു തിരിയുമ്പോൾ എതിരെ വന്ന

ലോറിയിൽ ജോൺ ഓടിച്ച ബൈക്ക് നിയന്ത്രണം വിട്ട് കൂട്ടിയിടിക്കയായിരുന്നു.

ഹോസ്പിറ്റലിൽ വെച്ച് മിനർവക്ക് ബോധം തെളിഞ്ഞ പ്പോൾ അവൾ ആദ്യം അന്വേഷിച്ചത് ജോണിനെയായിരുന്നു. ആരും വ്യക്തമായ മറുപടി പറഞ്ഞില്ല. അപ്പോളാണവൾ സ്വന്തം അവസ്ഥയെക്കുറിച്ചറിയുന്നത്. അവളുടെ കാൽ രണ്ടും മൊട്ടിനു താഴെ വെച്ച് നഷ്ടപ്പെട്ടിരിക്കുന്നു. സങ്കടഭാരത്താൽ അവളുടെ മനസ്സ് വിങ്ങിപ്പൊട്ടി.

ഇന്ന് മിനർവ കൊട്ടാരസദൃശമായ വീട്ടിൽ അച്ഛനമ്മമാരു മൊപ്പം പരസഹായത്തോടെ കഴിയുന്നു. ജോൺമാത്യുവിനെ ക്കുറിച്ചുള്ള ഒരു പിടി ഓർമ്മകളിൽ ജീവിതം വഴിമുട്ടി നിൽക്കുകയാണെന്ന് അവളറിയുന്നു.

●

(ഈ കൊച്ചു കഥ 1987 ജൂലൈ 10 ലെ കോട്ടയത്തെ മംഗള രാജ്യം വാരികയിൽ മിനർവയുടെ ദുഖം എന്ന പേരിൽ പ്രസിദ്ധീകരിച്ചിട്ടുണ്ട്)

പ്രാർത്ഥന

വടികാരം പന്ത്രണ്ടു തവണ മുഴങ്ങുമ്പോഴും ഉറക്കം അയാളെ പുൽകിയില്ല. ഉഷ്ണം മനസ്സിലും ശരീരത്തിലും ഒരുപോലെ വ്യാപിച്ചിരിക്കുന്നു. നട്ടപ്പാതിരക്കും മീനമാസ ചൂടിന്റെ കാഠിന്യം ഭയങ്കരമായിരുന്നു. അർദ്ധരാത്രിക്കു ശേഷം എപ്പോഴോ അയാൾ ഉറങ്ങിപ്പോയി. പ്രഭാതത്തിലെ നേർത്ത കുളിരിൽ സുഖസുഷുപ്തിയിലാണ്ടു കിടക്കുമ്പോഴാണ് അമ്മ വിളിച്ചത്.

"ഗോപീ ... കണ്ണു തുറക്കാതെ എണീച്ച് വാ..."

ഇന്നു വിഷുവാണല്ലോ എന്ന സത്യം പെട്ടെന്നോർമ്മ വന്നു. അമ്മ കിടക്കാൻ നേരം ഓർമ്മിപ്പിച്ചതായിരുന്നു.

മേടമാസം ഒന്ന്. പുതുവർഷം. കാലത്തിന്റെ കഥ പറയുന്ന മറ്റൊരു വർഷം കഴിഞ്ഞിരിക്കുന്നു. പുതുവർഷ സന്ദേശവു മായി ഏതോ പറവകൾ വിത്തും കൈക്കോട്ടും പാടിക്കൊണ്ട് എവിടെ നിന്നോ വരുന്നു. ഏതാനും ദിവസം ആ ദേശാടന ക്കിളികൾ അദ്ധ്വാനത്തിന്റെ സന്ദേശം നല്കി വീണ്ടും എങ്ങോട്ടോ പറന്നു പോകുന്നു.

"എന്താ നീയ് ഉറക്കം തൂങ്ങി ഇരിക്കണ്?"

അമ്മ വന്ന് കൈ പിടിച്ചു. കണ്ണടച്ച് തപ്പിത്തടഞ്ഞ് നടന്നു. മുത്തശ്ശിയുടെ ശീവോതിക്കൂടിനു മുൻപിലെത്തിയപ്പോൾ അമ്മ കൈ വിട്ടു കൊണ്ട് പറഞ്ഞു.

"ങ്ഹ്ഹും. കണ്ണ് തുറന്നോ. ഉണ്ണിക്കണ്ണനെ കണി കണ്ട് നന്നായി പ്രാർത്ഥിച്ചോ."

കൊളുത്തിയ നിലവിളക്കിന്റെ ദീപ്തിയിൽ മഞ്ഞനിറ മാർന്ന കണിക്കൊന്നപ്പൂക്കൾക്കിടയിൽ ഉണ്ണിക്കണ്ണന്റെ പുഞ്ചിരി ക്കുന്ന നീലമുഖം കാണുമ്പോൾ പുറമെ വിഷുപ്പടക്കങ്ങൾ പൊട്ടുന്നത് കേട്ടു.

സുഗന്ധ ശൃംഗാർ ചന്ദനത്തിരിയുടെ ഹൃദ്യമായ മണം മുറിയിൽ

നിറഞ്ഞുനിന്നു. കണിവെള്ളരിക്കയിലും വെള്ളിനാണയങ്ങളിലും കണ്ണുകൾ ഉടക്കി നിന്നപ്പോൾ മനസ്സ് ശൂന്യമായിരുന്നു.

തീരെ പ്രതീക്ഷിക്കാതെയാണ് ചില ദിവസം മുൻപുണ്ടായ ഒരു സംഭവം മനസ്സിൽ തെളിഞ്ഞു വന്നത്. വിരസ നിമിഷങ്ങളെ തള്ളി നീക്കാനായാണ് ആ സന്ധ്യയിൽ കടൽ തീരത്ത് പോയത്. ഇടക്കിടെ പോകാറുള്ള അധികം തിരക്കില്ലാത്ത ബീച്ചായിരുന്നു അത്.

ആഴക്കടലിൽ ഊളിയിടുന്ന ചുവന്ന സൂര്യനെ നോക്കിയിരിക്കുമ്പോൾ പിറകിൽ ചുമലിൽ ഒരു മൃദുസ്പർശം. തിരിഞ്ഞു നോക്കുമ്പോൾ രാധിക പുഞ്ചിരിയോടെ നിൽക്കുന്നു.

"ഗോപി ഇവിടെ കാണുമെന്ന് എനിക്കറിയാമായിരുന്നു."

രാധിക തൊട്ടടുത്തു തന്നെ ഇരുന്നു. ഓഫീസിലെ സഹപ്രവർത്തകയാണ് രാധിക. ധാരാളം സംസാരിക്കുന്ന പ്രകൃതം. എപ്പോഴും ചിരിക്കുന്ന മുഖം.

"എന്താ ഗോപീ ഇനിയും പ്രാർത്ഥന കഴിഞ്ഞില്ലേ? "

ചേച്ചിയുടെ ചോദ്യമാണ് മനസ്സിനെ ബോധ മണ്ഡലത്തിലെത്തിച്ചത്. കള്ളച്ചിരിയുമായി നിൽക്കുന്ന ഉണ്ണിക്കണ്ണനിൽ നിന്നു കണ്ണുകൾ പിൻവലിക്കുമ്പോൾ ഗോപിയുടെ ചുണ്ടിലും ഒരു മന്ദഹാസം വിരിഞ്ഞിരുന്നു.

●

(ഈ രചന 1981 സപ്തംബർ മാസം ഗ്രാമദ്ധ്വനിയിൽ വന്നതാണ്.)

അഷ്ടശർമ്മൻ

"അഷ്ടശർമ്മൻ നമ്പൂതിരി മരിച്ചിരിക്കുന്നു."

എനിക്കത് വിശ്വസിക്കാനായില്ല. മറ്റു പലർക്കും അത് അവിശ്വസനീയമായി തോന്നി. കാലത്ത് പത്രവും വായിച്ച് കടത്തിണ്ണയിലിരിക്കുമ്പോഴാണ് തോട്ടുവക്കത്തെ കൃഷ്ണൻ ആ വാർത്തയുമായി വന്നത്.

കൃഷ്ണൻ ഓടിക്കിതച്ചാണ് പീടികത്തിണ്ണയിലേക്ക് കയറിയത്. കേശു അമ്മാവന്റെ കടയിലെ ഇളകിയാടുന്ന ബെഞ്ചിൽ ഞങ്ങൾ രണ്ടു മൂന്നു പേർ ഇരിക്കുന്നുണ്ടായിരുന്നു. പത്രത്തിലെ സമകാലിക വിഷയങ്ങളെക്കുറിച്ചുള്ള ചർച്ചയിലായിരുന്നു ഞങ്ങൾ. വന്ന വരവിൽ തന്നെ എന്തോ പറയാനായി കൃഷണൻ വായ തുറന്നതാണ്. എന്നാൽ ശബ്ദം തൊണ്ടയിൽ തന്നെ കുരുങ്ങിക്കിടന്നതേയുള്ളൂ. വരണ്ട നാവ് നീട്ടി ചുണ്ടു നനച്ച് ഉമിനീരിറക്കി വർദ്ധിച്ച കിതപ്പ് ഒന്നകറ്റാനായി അയാൾ പാടുപെട്ടു.

കടയിലുണ്ടായിരുന്നവരുടെയെല്ലാം കൺമുനകൾ ഒരേ സമയം കൃഷ്ണനിൽ തറച്ചു നിന്നു. പൊഴിഞ്ഞു വീഴുന്ന ഓരോ സെക്കന്റും ഞങ്ങളിലെ അൽഭുതവും ആകാംക്ഷയും വർദ്ധിച്ചു കൊണ്ടിരുന്നു. അതിന് കാരണമുണ്ട്. ഞങ്ങളുടെ ഇടയിലെ ഫ്ലാഷ് ന്യൂസ് ഏജന്റ് ആണ് കൃഷണൻ. പ്രധാനപ്പെട്ട എന്തെങ്കിലും വാർത്ത കിട്ടിയാലുടനെ കൃഷ്ണൻ ഗ്രാമസിരാകേന്ദ്രമായ ഈ കടയിലേക്ക് ഒരു പാച്ചിലാണ്. ഇവിടെ വെച്ച് വാർത്തയുടെ കെട്ട് പൊട്ടിക്കും.

തലയിൽ കെട്ടിയ തോർത്തഴിച്ച് മുഖമൊന്നമർത്തി തുടച്ചു കൊണ്ട് കൃഷ്ണൻ വിക്കലോടെ പറഞ്ഞു.

"താ...താമര മനക്കലെ അഷ്ടശർമ്മൻ നമ്പൂതിരി മരിച്ചു ത്രേ.... താമരക്കുളത്തിൽ ശവം പൊങ്ങിക്കിടപ്പുണ്ടത്രെ. പോലീസിന് ആളു പോയിരിക്കുന്നു."

ഞങ്ങളെല്ലാം ഞെട്ടിത്തരിച്ച് ഇരുന്നു പോയി. കൂടുതലൊന്നും

കൃഷ്ണനറിയില്ല. ആരോ പറഞ്ഞ കാര്യം കേട്ടപാതി അയാളിങ്ങോട്ട് ഓടി വരികയായിരുന്നു. ഞെട്ടലിൽ നിന്നും തല്ക്കാലം മുക്തരായ ഞങ്ങൾ അന്യോന്യം തുറിച്ചു നോക്കി. പിന്നെ എല്ലാ മിഴികളും നിലത്ത് കുന്തിച്ചിരിക്കുന്ന കൃഷ്ണനു നേരെ തിരിഞ്ഞു.

ഒരു നിമിഷം എനിക്ക് കൃഷ്ണനിൽ അവിശ്വാസം തോന്നി. ഒപ്പം അവനോട് ദ്വേഷ്യവും തോന്നി. "അതിരാവിലെത്തന്നെ അറും നുണയുമായി ഇറങ്ങിത്തിരിച്ചിരിക്കയാണോ." കൃഷ്ണൻ കൊണ്ടുവരുന്ന ചില വാർത്തകൾ വെറും പൊളിയാകാറുണ്ട്. മാത്രമല്ല, കഴിഞ്ഞ ദിവസം കൂടി ഞാൻ അഷ്ടശർമ്മനെ കണ്ടതും സംസാരിച്ചതുമാണ്.

നിശബ്ദതയിൽ നിന്ന് മോചിതരായ നാട്ടുകാർ അഷ്ട ശർമ്മനെ സംസാരവിഷയമാക്കിയപ്പോൾ ഞാനും ആ വ്യക്തിയുടെ ഓർമ്മകളുമായി കെട്ടുപിണയുകയായിരുന്നു.

ഇരുപത്തിയെട്ട് വയസ്സ് കഴിഞ്ഞ ഒത്ത ഉയരവും തടിയു മുള്ള അഷ്ട ശർമ്മൻ നമ്പൂതിരിക്ക് സ്വൽപ്പം ബുദ്ധിമാന്ദ്യം ഉണ്ട് എന്നതൊഴിച്ചാൽ ആളൊരു സരസനാണ്. ചില്ലറ തമാശകളൊക്കെ ഒപ്പിക്കും. നാട്ടിലെ കൊച്ചു കുട്ടികൾക്കു പോലും നമ്പൂതിരിയെ അറിയാം. ഗ്രാമവീഥിയിലൂടെ ഇടുങ്ങിയ ഊടുവഴികളിലൂടെ എന്നു വേണ്ട ആ കൊച്ചു ഗ്രാമത്തിന്റെ മുക്കിലും മൂലയിലും മൂപ്പരെത്തും. എല്ലാവരോടും കുശലം പറഞ്ഞും തമാശ പറഞ്ഞും നാട്ടുകാരുടെയെല്ലാം മനസ്സിൽ അദ്ദേഹം കയറിക്കൂടിയിരിക്കുന്നു

താമര മനക്കലെ വലിയ നമ്പൂതിരിയുടെ ഏകമകനാണ് അഷ്ട ശർമ്മൻ. പണ്ട് നാടുവാഴികളായിരുന്നു അവിടുത്തെ തമ്പുരാക്ക ന്മാർ. കൊല്ലിനും കൊലക്കും അധികാരമുണ്ടായിരുന്നവർ. ഒരു കാലത്ത് പ്രൗഢ ജന്മിമാരായിരുന്നു. ഇന്ന് ആ ഇല്ലം പാപ്പരാണ്. കൃഷിയും പറമ്പും എല്ലാം അന്യാധീനമായി. നാലുകെട്ടി നാണെങ്കിൽ ക്ഷതം സംഭവിച്ചിരിക്കുന്നു.

ഇല്ലപ്പറമ്പിൽ നാലുപുറവും പടുത്തുകെട്ടിയ മനോഹരമായ വലിയൊരു കുളമുണ്ട്. ഞങ്ങളുടെ ഗ്രാമത്തിൽ ഈ കുളത്തിൽ മാത്രമെ താമര വളരുന്നുള്ളൂ. ഈ തറവാട്ടിൽ ഇപ്പോൾ വല്യ തിരുമേനിയും അവരുടെ അന്തർജനവും മകൻ അഷ്ടശർമ്മനും മാത്രമാണുള്ളത്. വളരെയധികം പ്രാർത്ഥനകളുടെയും ചികിത്സകളുടെയും ഒക്കെ ഫലമായാണ് അവർക്ക് അഷ്ടശർമൻ ജനിച്ചത്.

അഷ്ടശർമ്മൻ നിത്യവും കേശുമാമന്റെ ഈ കടയിലും വരാറുണ്ട്. ചിലപ്പോൾ എന്തെങ്കിലും സാധനങ്ങൾ വാങ്ങാ നുണ്ടാകും. ചിലപ്പോൾ വലിയ നമ്പൂതിരിക്കുള്ള മുറുക്കാൻ വെറ്റില വാങ്ങാനായിരിക്കും. ഇല്ലെങ്കിലും കടയിൽ കയറി കുപ്പി ഭരണി തുറന്നു ഒരു

ലോസഞ്ചർ മിഠായി വായിലിടും. കേശുമാമനോട് പറ്റെഴുതിക്കോളൂ എന്നും പറയും. എന്തെങ്കിലും കുശലം പറയും പോകും. കടയിൽ അഷ്ടശർമ്മൻ കഴിഞ്ഞാൽ പിന്നെ ഈ അവകാശമുള്ളത് അമ്പലത്തിലെ കരിവീരൻ വിശ്വനാഥനാണ്. ആനക്ക് പക്ഷേ പഴവും ശർക്കരയും ആണ് വേണ്ടതെന്ന മാത്രം. പീടികയുടെ മുൻപിലെത്തിയാൽ കരിവീരൻ തുമ്പികൈ നീട്ടി ഒരൊറ്റ നിൽപാണ്.

കേശുമാമൻ ഇടക്ക് അഷ്ട ശർമനെ വെറുതെ കളിയാക്കും.

"അല്ലാ.... തിരുമേനീ .... വയസ്സ് മുപ്പതായില്ലേ? ഇനിപ്പൊ ഒരു വേളിയൊക്കെ വേണ്ടേ? " അപ്പോൾ അദ്ദേഹത്തിന്റെ മുഖത്ത് ചെറിയൊരു ലജ്ജ വിടരും. "വേണം, വേണം" എന്ന പറഞ്ഞ് അദ്ദേഹം അവിടെ നിന്ന് വേഗം സ്ഥലം വിടും.

ഒരു ദിവസം കുറച്ച ചെറുപ്പക്കാർ കല്ല്യാണക്കാര്യം പറഞ്ഞ് അഷ്ടശർമ്മനെ പിരി കയറ്റി വിട്ടു. അയാൾ ഇല്ലത്തെത്തി വലിയ നമ്പൂതിരിയോട് വേളി കഴിക്കണം എന്ന് പറഞ്ഞു ശാഠ്യം പിടിച്ചവത്രെ. ഇതൊക്കെയാണെങ്കിലും ചെറുപ്പക്കാരായ സ്ത്രീകളെ കണ്ടാൽ അഷ്ടശർമ്മൻ ഇടംവലം നോക്കാതെ ഒഴിഞ്ഞുമാറി പൊയ്ക്കളയും.

പുലർച്ചെ അമ്പലം തുറക്കും സമയത്ത് അഷ്ടശർമൻ നടക്കലുണ്ടാകും. കുളി കഴിഞ്ഞ് ഈറനോടെത്തന്നെയാണ് വരവ്. ഗണപതി പൂജ കഴിഞ്ഞ് പ്രസാദമായ അവിലും മലരും ശർക്കരയും കിട്ടിക്കഴിഞ്ഞെ ആൾ സ്ഥലം വിടൂ. അതു വരെ ശ്രീകോവിലിനെ വലം വെച്ചു കൊണ്ടിരിക്കും.

ഇങ്ങനെ പല പ്രത്യേകതകളുള്ള ഞങ്ങളുടെ പ്രിയപ്പെട്ട അഷ്ടശർമ്മൻ തിരുമേനിയാണ് മരണത്തെ പുൽകിയിരിക്കുന്നത്.

കുറ്റിതലമുടിയും കാതിലണിഞ്ഞ കല്ലുവെച്ച കടുക്കനും മീശയില്ലാത്ത ചിരിച്ച മുഖവും. എല്ലാം ഞങ്ങളിൽ നിറഞ്ഞുനിന്നു. നീന്താനറിയാവുന്ന അഷ്ടശർമൻ എങ്ങിനെയാണ് കുളത്തിൽ വീണു മരിച്ചത്. അപസ്മാരമിളകിയതാണോ? വയസ്സായ നമ്പൂതിരിക്കും അന്തർജനത്തിനും ഇനി ആരാണ് തുണ.

നാട്ടിലെ ജനം മുഴുവനിതാ താമര മനക്കലെ കുളക്കര യിലേക്ക് നീങ്ങുന്നു. ഏവരുടെയും മുഖം വിഷാദത്തിൽ മുങ്ങിയിരുന്നു. കേശുമാമനും ദു:ഖാചരണത്തിന്റെ ഭാഗമായി കട അടച്ചു. കടയിലുണ്ടായിരുന്നവരെല്ലാം കേശുമാമന്റെ കൂടെ മനക്കലേക്ക് നടന്നു. നാടിന്റെ പ്രിയങ്കരനായ നിഷ്കളങ്കനായ അഷ്ടശർമനെ അവസാനമായി ഒരു നോക്കു കാണാൻ.

●

(ഈ രചന 1987 ജൂണിൽ ഗ്രാമദ്ധ്വനി മാസികയിൽ വന്നിട്ടുണ്ട്.)

ശാന്തിച്ചിറ്റ

എന്തോ കൈമോശം വന്നവളെപ്പോലെ മുറ്റത്തെ അരമതിലും ചാരി ശോഭക്കുട്ടി നിന്നു. പൊഴിഞ്ഞു വീണ ഡാലിയ പൂക്കളിൽ അവളുടെ മിഴികൾ ഉടക്കി നിന്നു. അടുക്കളയിൽ കാര്യമായ ജോലിയൊന്നുമില്ലെന്നു കണ്ടപ്പോൾ അമ്മയെ തനിച്ചാക്കി അവൾ മുറ്റത്തേക്കിറങ്ങിയതാണ്. സ്വയം വിസ്മൃതനായതുപോലെ അച്ഛൻ പൂമുഖത്തെ ചാരുകസേരയിൽ മച്ചും നോക്കി കിടപ്പുണ്ട്.

പകൽ എരിഞ്ഞടങ്ങുകയാണ്. മുറ്റത്തേക്ക് ചാഞ്ഞുനിന്ന മാവിൻ കൊമ്പിലിരുന്ന് ഇണക്കിളി നീട്ടിക്കരഞ്ഞു. ശോഭ ക്കുട്ടിയുടെ തൊട്ട രികിൽ മതിലിൽ ഒരു കുറുഞ്ഞി പൂച്ച അവളെത്തന്നെ ഉറ്റുനോക്കി ഇരിപ്പുണ്ട്.

ശോഭക്കുട്ടിയുടെ മനസ്സിൽ ശാന്തിച്ചിറ്റയുടെ മുഖം വീണ്ടും തെളിഞ്ഞു വരികയായിരുന്നു. രണ്ടുനാൾ മുൻപു വരെയും ഒരു ദുഃഖ കഥാപാത്രമായി അവർ ഈ വീട്ടിലുണ്ടായിരുന്നു.

ശാന്തിച്ചിറ്റക്ക് തന്നെ വളരെയേറെ കാര്യമായിരുന്നു. ആ സ്നേഹ ത്തിന്റെ പൊരുൾ എന്തായിരുന്നു എന്ന് ഇപ്പോഴാണ് അറിയുന്നത്. അവർ തന്റെ ചിറ്റയായിരുന്നില്ല. മറിച്ച് അമ്മ തന്നെയായിരുന്നു എന്നോർത്തപ്പോൾ ശോഭക്കുട്ടിയുടെ മിഴികൾ നിറഞ്ഞു തുളുമ്പി.

ഒരിക്കൽ ശാന്തിച്ചിറ്റ തന്നെ അരികിലണച്ച് മൂർദ്ധാവിൽ ചുംബിച്ചു കൊണ്ട് പറഞ്ഞു. "ശോഭമോള് ചിറ്റേടെ മോളാ..." അവരത് പറയുമ്പോൾ ആ മിഴികൾ നിറഞ്ഞിരുന്നില്ലേ എന്നൊരു സംശയം. അവരുടെ നീണ്ട മിഴികൾ മനോഹരമാണ്. വർഷങ്ങൾക്കു മുൻപ് ഒരിക്കൽ താഴത്തേതിലെ സേതുമാഷ് സ്വകാര്യമെന്നോണം പറഞ്ഞതോർമ്മയുണ്ട്.

"ശോഭക്കുട്ടിയുടെയും ശാന്തിച്ചിറ്റയുടെയും കണ്ണുകൾ ഒരേ പോലെ ചന്തമുള്ളവയാണ്."

തനിക്ക് അമ്മയേക്കാൾ ഇഷ്ടം ശാന്തിച്ചിറ്റയോടായിരുന്നല്ലോ.

വിഷാദം അവരുടെ മുഖമുദ്രയായിരുന്നു. ഒരു ദുഃഖ പുത്രിയെപ്പോലെ അവർ അവരുടേതായ ചെറിയ ലോകത്തിലേക്ക് ഒതുങ്ങികൂടി. ആരോടും പരിഭവമോ പരാതിയോ ഇല്ലാതെ.

അവർക്കു പ്രായം നാല്പത് കഴിഞ്ഞേയുള്ളൂ. ഒരു ദുഖ പുത്രിയായി സ്വയം ഉരുകിയൊലിച്ചതിനാൽ സൗന്ദര്യവും യൗവനവും നഷ്ടപ്പെട്ടിരുന്നു എങ്കിലും ആ മുഖത്തിന് എന്തോ ഒരു വശ്യമായ ശ്രീത്വമുണ്ടായിരുന്നു.

"ശോഭമോൾക്ക് ജോലിയും കല്യാണവുമൊക്കെയായി മറ്റെവിടെയെങ്കിലുമാണ് താമസിക്കുന്നതെങ്കിൽ ചിറ്റയും മോളുടെ കൂടെ വരും കെട്ടോ" എന്ന് ഇടക്കിടെ ചിറ്റ തന്നോടു പറയു മായിരുന്നു.

"പക്ഷേ, ചിറ്റയെന്റെ ആ ആഗ്രഹം പൂർത്തിയാക്കാതെ പോയത്. ഓഫീസിനടുത്തായി ഒരു വാടക വീട് കണ്ടു വെച്ചിട്ടുണ്ട്. അടുത്ത മാസം ഹോസ്റ്റലിൽ നിന്നും അങ്ങോട്ട് താമസം മാറ്റണമെന്നും ചിറ്റയെ കൂടി കൂടെ കൊണ്ടു പോകണമെന്നും കരുതിയതായിരുന്നു. എന്നാൽ ഇപ്പോൾ എല്ലാം അവസാനിച്ചില്ലേ."

താൻ പതിവുപോലെ ഓഫീസിൽ ജോലിത്തിരക്കിൽ മുഴുകിയിരിക്കുമ്പോഴാണ് പുറത്തൊരാൾ കാണാൻ വന്നിട്ടുണ്ടെന്ന് പ്യൂൺ വന്ന് പറഞ്ഞത്. ആരായിരിക്കും എന്ന ഉദ്വേഗത്തോടെ ചെന്നു നോക്കുമ്പോൾ വീട്ടിന്നടുത്തുള്ള സേതുമാഷുടെ മകൻ രാജു ആയിരുന്നു. രക്തപ്രസാദം വാർന്നു പോയ മുഖത്ത് ഒരു പുഞ്ചിരി വരുത്താൻ അവൻ പാടുപെടുന്നത് കണ്ടപ്പോഴെ മനസ്സിൽ അകാരണമായ ഭയം പൊട്ടി മുളച്ചു കഴിഞ്ഞിരുന്നു. താൻ എന്തെങ്കിലും ചോദിക്കും മുൻപു തന്നെ അവൻ പറഞ്ഞു.

"ചേച്ചിയോട് ഇപ്പോൾ തന്നെ ലീവെടുത്ത് വരാൻ പറഞ്ഞിരിക്കുന്നു. ശാന്തിച്ചിറ്റക്ക് തീരെ സുഖമില്ല."

"കഴിഞ്ഞ ആഴ്ച വരുമ്പോൾ കുഴപ്പമൊന്നും ഇല്ലായി രുന്നല്ലോ." എന്നു ശോഭക്കുട്ടി ചോദിച്ചെങ്കിലും, കൂടുതൽ ചോദ്യങ്ങളിൽ നിന്നും ഒഴിഞ്ഞു മാറുംപോലെ അവൻ ഇത്രമാത്രം പറഞ്ഞു.

"ചേച്ചിയോട് ലീവെടുത്ത് ഇപ്പോൾ തന്നെ വരാനാണ് പറഞ്ഞയച്ചത്. കുറച്ചു സീരിയസ്സാ...."

എന്തോ കുഴപ്പമുണ്ടെന്ന് ഉറപ്പായി. ലീവെഴുതി ഓഫീസിൽ കാര്യം പറഞ്ഞ് രാജു വന്ന കാറിൽ വീട്ടിലേക്ക് വന്നു. വീട്ടിൽ നിറയെ ആളുകളുണ്ടായിരുന്നു. കാറിൽ നിന്നും ഇറങ്ങി വീട്ടിനുള്ളിലേക്ക് ഓടുകയായിരുന്നു. തെക്കിനിയിൽ കത്തിച്ചു വെച്ച നിലവിളക്കിന്റെയും പുകയുന്ന ചന്ദനത്തിരിയുടെയും, നിറച്ചെപ്പിന്റെയും അരികെ വെള്ള പുതച്ച തന്റെ ശാന്തിച്ചി റ്റയുടെ ചേതനയറ്റ ശരീരം കിടക്കുന്നു"

"ആത്മഹത്യയായിരുന്നു. പോസ്റ്റ്മോർട്ടം കഴിഞ്ഞ് ഇപ്പോൾ എത്തിയതേയുള്ളൂ." ആരോ പറയുന്നത് കേട്ട് ഞാൻ ഞെട്ടി പ്പോയി. തന്റെ നിയന്ത്രണങ്ങളെല്ലാം വിട്ടുപോയിരുന്നു. ചിറ്റയുടെ മേലേക്ക് താൻ വീഴുന്നതേ ഓർമ്മയുള്ളൂ. വളരെ നേരത്തിനു ശേഷം തളർച്ചയിൽ നിന്നും ഉണർന്നു കഴിഞ്ഞപ്പോഴേക്കും ശാന്തിച്ചിറ്റയുടെ മൃതദേഹം മറവു ചെയ്തു കഴിഞ്ഞിരുന്നു.

"ചിറ്റ ആത്മഹത്യ ചെയ്യാനെന്തായിരിക്കും കാരണം?" അതു തന്നെയായിരുന്നു തന്റെ ചിന്ത. പെട്ടി തുറന്നപ്പോഴാണ് ചിറ്റ തന്റെ പേരിലെഴുതിയ ഒരു കത്ത് കണ്ടത്. കത്തിൽ ചിറ്റയുടെ ജീവിത കഥ തന്നെയായിരുന്നു. തന്നെ ഞെട്ടിപ്പിക്കുന്നതായിരുന്നു അതിലെ കാര്യങ്ങൾ. സത്യം അറിഞ്ഞതായി ഒരിക്കലും ഭാവിക്കരുത് എന്നും. തന്നെ പ്രസവിച്ചത് ശാന്തിച്ചിറ്റയാണ് എന്നുമായിരുന്നു അതിൽ.

ജയശങ്കർ എന്ന ഈഴവയുവാവും ചിറ്റയും തമ്മിൽ സ്നേഹബന്ധത്തിലായിരുന്നു എന്നും വീട്ടുകാരും നാട്ടുകാരും എതിർത്തപ്പോൾ ഒളിച്ചോടാൻ തീരുമാനിച്ചെന്നും എഴുതിയിരിക്കുന്നു. നിശ്ചയിച്ചതനുസരിച്ച് രാത്രി വീട്ടിൽ നിന്നും ഇറങ്ങിയ ചിറ്റയെ അച്ഛൻ പിടിച്ചു വീട്ടുതടങ്കലിലാക്കുകയും കാമുകൻ ജയശങ്കറിനെ വാടക ഗുണ്ടകളാൽ മർദ്ദിച്ച് അവശനാക്കുകയും ചെയ്തു. നാടുവിട്ടു പോയ ജയശങ്കർ മദ്രാസിലെവിടെയോ ഉണ്ടത്രെ. ഗർഭിണിയായ ചിറ്റ വീട്ടുകാർക്ക് മുൻപിൽ ഒരു ചോദ്യചിഹ്നമായി. ഭ്രൂണഹത്യക്ക് വീട്ടുകാർ നിർബന്ധിച്ചെങ്കിലും ചിറ്റ വഴങ്ങിയില്ല. ചേച്ചിയായ വാസന്തിയുടെ ആഗ്രഹപ്രകാരം ശാന്തിയെ അവരോടൊപ്പം ബോംബെക്ക് പറഞ്ഞയച്ചു. കുട്ടികളില്ലാതിരുന്ന വാസന്തിക്ക് ശാന്തി പ്രസവിച്ച കുട്ടി മകളായി. നാട്ടിൽ ഇക്കാര്യം ആരും അറിഞ്ഞില്ല. ചിറ്റ വേറെ വിവാഹം കഴിച്ചതുമില്ല.

നിറഞ്ഞു വന്ന മിഴികളൊപ്പി ശോഭക്കുട്ടി നെടുവീർപ്പിട്ടു. തന്നെ നൊന്തു പ്രസവിച്ച സ്ത്രീയെ അമ്മെ എന്നു വിളിക്കാൻ തനിക്കു ഭാഗ്യമില്ലാതെ പോയില്ലെ. എന്നാലും ശാന്തിച്ചിറ്റ എന്തിനാണീ കടുംകൈ ചെയ്തത്. തന്നോടൊപ്പം താമസിക്കാൻ കൊതിച്ച തന്റെ ശാന്തിച്ചിറ്റ, ഇനി ഒരു ഓർമ്മ മാത്രം.

ശോഭക്കുട്ടിയുടെ തലക്കു മുകളിലുള്ള മാവിൻ കൊമ്പിലിരുന്ന് ചാണകക്കിളികൾ കലപില ചിലച്ചപ്പോൾ അവൾ ഓർമ്മകളിൽ നിന്നും ഞെട്ടിയുണർന്നു. സമയം സന്ധ്യയായിരിക്കുന്നു. വിളക്കു വെക്കാറായല്ലോ എന്ന് ഓർത്ത അവൾ വീടിനുള്ളിലേക്കു നടന്നു.

●

(1987 മെയ് 1 ലക്കം കോട്ടയത്തെ മാമാങ്കം വാരികയിൽ പ്രസിദ്ധീകരിച്ചിട്ടുണ്ട്)

നഷ്ട സ്മൃതികൾ

പ്രതാപം നശിച്ച പൂമുഖക്കോലായിലെ ചിതൽ തിന്ന മരത്തൂണിൽ ചാരിയിരുന്ന് ജാനകിക്കുട്ടി കണ്ണടച്ചു. വയറു നിറയെ അരി ഭക്ഷണം കഴിച്ച കാലം മറന്നിരിക്കുന്നു. ഇപ്പോൾ ചക്കയും മാങ്ങയും ഉള്ളതുകൊണ്ട് ഒരു വിധം പിടിച്ചു നിൽക്കുന്നു. തളർന്ന മനസ്സും ശരീരവുമായി ശൂന്യമായ മിഴികളോടെ അവൾ എന്തെല്ലാമോ ഓർത്തുപോയി.

മുറ്റത്തു പന്തലിച്ചു നിന്ന ഒട്ടുമാവിൻ കൊമ്പിൽ നിന്നും എത്തി നോക്കിയ അണ്ണാറക്കണ്ണന് അവളോട് സഹതാപം തോന്നി എന്ന് തോന്നുന്നു. അത് പഴുത്തു തുടങ്ങിയ ഒരു മാങ്ങ പറിച്ച് താഴേക്കിട്ട് ചിലച്ചു കൊണ്ടോടിപ്പോയി.

ജാനകിക്കുട്ടി മാങ്ങയെടുത്ത് മുറിച്ച് പകുതി തിന്നു. ബാക്കി ഭാഗം സ്കൂളിൽ പോയിരിക്കുന്ന മകൻ സത്യന് എടുത്ത് വെച്ചു. തളർന്നു കിടക്കുന്ന അമ്മ മാങ്ങ കഴിച്ചില്ല. സ്വന്തം ശരീരത്തിലെ മുഷിഞ്ഞു പിന്നിയ വസ്ത്രങ്ങൾ നോക്കി അവൾ നെടുവീർപ്പിട്ടു.

“എല്ലാം എന്റെ വിധി.” അവൾ തനിയെ പിറുപിറുത്തു.

പാവം സത്യൻ. വിശന്ന വയറുമായി ക്ലാസ്സിൽ ഇരിക്കയായിരിക്കും. സ്കൂൾ വിട്ടാൽ ഉടൻ ഓടിയെത്തും. സ്കൂളിൽ ഉച്ചക്കഞ്ഞി നിർത്തിയത്രെ.

പണ്ട് ഇത് ഒരുപാട്ടു പേരുള്ള വലിയൊരു തറവാടായി രുന്നു. നാട്ടിൽ എന്തിനും അധികാരമുള്ള പ്രമാണിമാരായിരുന്നു കാരണവൻമാർ. സമയാസമയം കുടിയാന്മാർ വീട്ടിലെ പത്തായം നിറച്ചിരുന്നു. അങ്ങിനെയൊക്കെയായിരുന്ന ഈ തറവാടിന്റെ ഇന്നത്തെ സ്ഥിതി. ദയനീയമാണ്. ഒരു നേരത്തെ ആഹാരത്തിനു പോലും വഴിയില്ല. ഈ നാലുകെട്ടുപുര തന്നെ എന്ന് നിലംപതിക്കും എന്നറിയില്ല. പല

ഭാഗങ്ങളും ഇടിഞ്ഞു പൊളിഞ്ഞാണ് കിടക്കുന്നത്. വടക്കുഭാഗത്തുള്ള കൊട്ടിലിന്റെ ഒരു ഭാഗം കഴിഞ്ഞ മഴക്കാലത്ത് വീണതാണ്. അത് നേരെയാക്കാൻ ഇതുവരെ കഴിഞ്ഞിട്ടില്ല. തൊടി മുഴുവൻ കാട് പിടിച്ച് കിടപ്പാണ്.

താനൊരുത്തി ഒറ്റക്ക് എന്ത് ചെയ്യാനാണ്. ഒരാങ്ങള ഉണ്ടായിരുന്നത് എവിടെയാണെന്നു തന്നെ അറിയില്ല. പതിനഞ്ചു വർഷം മുൻപ് അച്ഛനോട് വഴക്കടിച്ച് പോയതാണ്. അച്ഛൻ മരിച്ചപ്പോൾ അമ്മ ഒരു ഭാഗം തളർന്നു കിടപ്പായി.

സത്യന്റെ അച്ഛനാണെങ്കിൽ പറമ്പിൽ വെച്ച് വിഷം തീണ്ടി പെട്ടെന്ന് അങ്ങു പോയി. എല്ലാം എന്റെ തല വിധി.

"അമ്മെ, ഇന്ന് സ്കൂളിൽ ഇൻസ്പെക്ടർ വന്നു"

സത്യൻ ഓടിക്കിതച്ച് ജാനകിക്കുട്ടിയുടെ അരികിലേക്കു വന്നു. അവൾ ചിന്തകളിൽ നിന്നും ഞെട്ടിയുണർന്ന് മോനെ മാറോടണച്ചു. അവളിൽ തികട്ടി വന്ന തേങ്ങൽ പുറത്തേക്കൊഴുകി.

●

(ഈ കഥ 1981 ജൂൺ മാസത്തെ ഗ്രാമധ്വനിയിൽ പ്രസിദ്ധീകരിച്ചു.)

സ്വപ്നമുഹൂർത്തം

സായാഹ്നം അതിന്റെ തനതായ വർണ്ണപ്പൊലിമയോടെ വന്നെത്തിയിരിക്കുന്നു. ചാഞ്ചാടുന്ന കടൽത്തിരകളിലൂടെ യന്ത്രബോട്ടുകൾ മുത്തമിട്ട് നടക്കുന്നു. കുങ്കുമം ചാലിച്ചെഴുതിയ പശ്ചിമാംബരം അങ്ങകലെ ആഴിയെ വാരിപ്പുണരുന്നു.

ചൂളമടിച്ചെത്തുന്ന സിസംബറിലെ തണുത്ത കാറ്റ് കടൽക്കരയിൽ തല ഉയർത്തി നില്ക്കുന്ന ബഹുനില കെട്ടിടങ്ങളിൽ തട്ടി ചിന്നിച്ചിതറി.

മണൽപ്പുറത്തെ ഒരൊഴിഞ്ഞ കോണിലെ പാറക്കല്ലിൽ കണ്ണടച്ചു ചാരിയിരിക്കുന്ന ഗോപിനാഥിന്റെ മനസ്സിലൂടെ പഴയ കാര്യങ്ങൾ കടന്നു പോയി.

താൻ ഈ നഗരത്തിലെത്തിയിട്ട് മൂന്നു വർഷം കഴിഞ്ഞു. അസ്വസ്ഥമായ മനസ്സുമായി ദിവസങ്ങൾ ഒരു വിധം തള്ളി നീക്കുകയായിരുന്നു. മെട്രോ നഗരത്തോടുള്ള വിരക്തി തന്നിൽ അനുനിമിഷം ഇരട്ടിക്കുകയായിരുന്നു. തന്റേതു മാത്രമായ ഒരു പിടി സ്വപ്നങ്ങളുമായി നാട്ടിൽ കഴിയുകയായിരുന്ന തന്നെ ജ്യേഷ്ഠൻ വിശ്വനാഥനാണ് നിർബന്ധപൂർവ്വം ഈ വിശ്വ നഗരത്തിലേക്ക് കൊണ്ടുവന്നത്.

സാമാന്യം തെറ്റില്ലാത്ത ധനശേഷിയുള്ള കുടുംബത്തിലെ നാലാമത്തേതും അവസാനത്തേതും ആയ സന്തതിയാണ് താൻ. രണ്ട് സഹോദരിമാരുടെയും വിവാഹം കഴിഞ്ഞിരിക്കുന്നു. അച്ഛൻ ഹൈസ്കൂൾ ഹെഡ്മാസ്റ്ററായിരുന്നു. അമ്മ വീട്ടമ്മയും.

തന്റെ എംകോം കോഴ്സ് പൂർത്തിയാകാറായ സമയ ത്താണ് വിശ്വേട്ടന്റെ വിളി വന്നത്. പരീക്ഷ കഴിഞ്ഞാലുടനെ ഈ നഗരത്തിലേക്ക് വണ്ടി കയറാനായിരുന്നു കല്പന. തനിക്ക് തീരെ താല്പര്യമില്ലാത്ത കാര്യമായിരുന്നു അത്. നാട്ടിൽ തന്നെ വല്ല വാദ്ധ്യാരു പണിയോ മറ്റോ ആയി കൂടാനായിരുന്നു താല്പര്യം. വീട്ടുകാരെല്ലാം

നിർബന്ധം പിടിച്ചതിനാൽ വിശ്വേട്ടന്റെ അടുത്തേക്ക് പോന്നു. ജ്യേഷ്ഠൻ മുഖേന വലിയൊരു കമ്പനിയിൽ നല്ല ജോലിയും കിട്ടി. താമസം ചേട്ടനോടൊപ്പം തന്നെ.

ജോലി ഇവിടെയാണെങ്കിലും മനസ്സെപ്പോഴും നാട്ടിൽ തന്നെയായിരുന്നു. നാട്ടിൽ എന്തെങ്കിലും ജോലി കിട്ടുമോ എന്നതിലായിരുന്നു ശ്രദ്ധ. അത് കണ്ടു പിടിക്കാനായി കാമുകിയായ ഷൈലയെയാണ് ചട്ടം കെട്ടിയിരുന്നത്.

ഷൈല നാട്ടിലെ സമ്പന്നനായ റബ്ബർ എസ്റ്റേറ്റ് മുതലാളി കറിയാചേട്ടന്റെ മോളാണ്. കോളേജിൽ എന്റെ ജൂനിയറായിരുന്നു. കോളേജ് വിദ്യാഭ്യാസകാലം തങ്ങളുടെ പ്രണയത്തിന്റെ പൂക്കാലമായിരുന്നു. അവൾ നാട്ടിൽത്തന്നെയുള്ള ഒരു ഹൈസ്കൂളിൽ അദ്ധ്യാപികയായി ജോലി ചെയ്യുന്നു.

അവൾ മുഖേന നാട്ടിൽ ഒരു സ്വകാര്യ കോളേജിൽ തനിക്ക് ഒരു ലക്ചറർ ജോലി നോക്കി വെച്ചിട്ടുണ്ട്. നല്ലൊരു തുക ഡൊണേഷൻ കൊടുത്താണെങ്കിലും അത് നേടിയെടുക്കണം.

ഈ വിവരമറിഞ്ഞ വിശ്വേട്ടൻ കുപിതനായി, തന്നെ ഒരുപാട് വഴക്കു പറഞ്ഞു. ഇത്രയും നല്ലൊരു ജോലി കളഞ്ഞിട്ട് ലക്ഷങ്ങൾ കോഴ കൊടുത്ത് മറ്റൊരു ജോലി തേടേണ്ട കാര്യമുണ്ടോ എന്നായിരുന്നു ജ്യേഷന്റെ ചോദ്യം. മാത്രവുമല്ല ഷൈലയുമായി ഉള്ള തന്റെ പ്രണയത്തെക്കുറിച്ച് ചേട്ടന്ന് നേരത്തെ തന്നെ അറിയാമായിരുന്നു എന്നാണ് തോന്നുന്നത്.

താൻ ജോലി രാജി വെച്ച് നാട്ടിലേക്ക് പോകുകയാണെന്ന് ഉറപ്പിച്ച് പറഞ്ഞതും വിശ്വേട്ടന്റെ ദ്വേഷ്യം നിയന്ത്രണാ തീതമായി. തന്റെ നേരെ ഓങ്ങിയ കൈ ജ്യേഷ്ഠത്തിയമ്മ തടയുക യായിരുന്നു.

ഷൈലയെ വിവാഹം കഴിക്കുകയാണെങ്കിൽ നീയെനിക്ക് ആരുമല്ലെന്ന് ചേട്ടൻ തീർത്തു പറഞ്ഞു. ഇതേ സ്ഥിതി തന്നെയായിരിക്കും വീട്ടിലും തന്നെ കാത്തിരിക്കുന്നത്. ഷൈലയുടെ അച്ഛന് വലിയ എതിർപ്പില്ലെന്നാണ് അവൾ പറഞ്ഞത്.

എതിർപ്പുകളെയെല്ലാം അതിജീവിച്ച് സ്വപ്നത്തിൽ താലോലിക്കുന്ന ആ സുന്ദര മുഹൂർത്തം വരാൻ ഇനിയും അധികം കാത്തിരിക്കേണ്ടിവരില്ലെന്ന് മനസ്സ് മന്ത്രിക്കുന്നു.

●

(ഈ കഥ നീണ്ട കഥയായി ഗ്രാമദ്ധ്വനി മാസികയുടെ 1985 നവംബർ മുതൽ 5 ലക്കങ്ങളിലായി പ്രസിദ്ധീകരിച്ചിട്ടുണ്ട്.)

വിട പറയും നേരം

ക്ഷേത്രത്തിന് അഭിമുഖമായുള്ള കുന്നിൻ ചെരിവിലെ ആൽത്തറയിൽ ഇരിക്കുകയാണ് വിനോദ്. സാധാരണയായി ഈ സമയത്ത് ഏതെങ്കിലും കൂട്ടുകാർ ഒപ്പമുണ്ടാകുക പതിവാണ്. ഇന്ന് ആരെയും കാണാനില്ല. അരയാലിന്റെ കുളിർമയിലിരുന്ന് സൊറ പറഞ്ഞ് നേരം കൊല്ലുമ്പോഴും ജീവിതത്തിലെ കയ്പേറിയ യാഥാർത്ഥ്യങ്ങൾ ഇടക്കിടെ അയാളിൽ മിന്നിമറയും.

വീട്ടിലെ ഇല്ലായ്മയുടെയും വല്ലായ്മയുടെയും അപ ശബ്ദങ്ങളിൽ നിന്നും താൽക്കാലികമായെങ്കിലും രക്ഷ നേടാൻ വിനോദ് കണ്ടെത്തിയ രക്ഷാകേന്ദ്രമായിരുന്ന ഈ ആൽത്തറ.

ഗ്രാമത്തിന്റെ ഐശ്വര്യമായ ദേവീ ക്ഷേത്രം കുന്നിന്റെ താഴെയായി കാണാം. ക്ഷേത്രത്തിന് മുന്നിലെ കൽപടവുകളിലൂടെ ഭക്തജനങ്ങൾ വന്നും പോയും ഇരുന്നു.

എപ്പോൾ വേണമെങ്കിലും നിലംപൊത്തിയേക്കാവുന്ന ഗ്രാമീണ വായനശാലയുടെ മാറാല കെട്ടിയ കുടുസ്സുമുറി ക്കുള്ളിൽ പേജുകൾ നഷ്ടപ്പെട്ട ചിതൽ തിന്ന പുസ്തക കൂമ്പാരത്തിനിടയിൽ അർത്ഥശൂന്യതയോടെ ചിക്കിച്ചികയു മ്പോഴോ അമ്പലപ്പറമ്പിലെ തകരക്കാടിനിടയിൽ വെട്ടിയു ണ്ടാക്കിയ ബാഡ്മിൻടൻ കോർട്ടിൽ കളിച്ചു വിയർക്കുമ്പോളോ ഭാവിയെക്കുറിച്ച് വ്യക്തമായ ധാരണകളൊന്നും ഉണ്ടായിരുന്നില്ല.

എന്നെന്നേക്കുമായി നഷ്ടപ്പെട്ടു പോയ കോളേജ് അന്തരീക്ഷത്തിൽ സിന്ധു എന്ന പെൺകുട്ടിയുടെ സാമീപ്യം അല്പമെങ്കിലും ഉന്മേഷം പകർന്നിരുന്നു. അവൾ തന്റെ ഭാവി ഭാഗിധേയിനിയാണെന്നുപോലും സങ്കല്പിച്ചു വെച്ചിരുന്നു. അത് സഫലീകരിക്കാനാകാത്ത വെറും സ്വപ്നമായിരുന്നു എന്ന് ഇന്ന് തിരിച്ചറിയുന്നു. അവൾ ഇടക്കിടെ കത്തിലൂടെ ബന്ധം പുതുക്കിക്കൊണ്ടിരിക്കുന്നുണ്ടെങ്കിലും

വിനോദ് അതിൽ നിന്ന് സ്വയം പിൻവലിഞ്ഞിരിക്കയാണ്. യാതൊന്നും നേടാനാകാതെ ഓരോ ദിവസവും കടന്നു പോകമ്പോൾ ജീവിതമെന്ന പുസ്തകത്തിലെ വിലപിടിച്ച ഓരോ ഏടുകളാണ് പിഴ തെറിയപ്പെടുന്നതെന്ന യാഥാർത്ഥ്യം മനസ്സിൽ ഭയം സൃഷ്ടിക്കുന്നു.

അങ്ങിനെയിരിക്കെയാണ് ബോംബെയിലുള്ള ഉറ്റക്കൂട്ടുകാരനായ ജേക്കബിന്റെ കത്ത് വരുന്നത്. വിനോദ് നേരത്തെ ആവശ്യപ്പെട്ട പ്രകാരം ബോംബെ (മുംബൈ) എന്ന മഹാനഗരത്തിലേക്ക് ക്ഷണിച്ചു കൊണ്ടുള്ള കത്തിൽ എന്തെങ്കിലും ഒരു ജോലി ഉറപ്പായി ലഭ്യമാക്കാമെന്ന മോഹന വാഗ്ദാനവുമുണ്ട്. പിന്നീട് ഒന്നും ആലോചിച്ചില്ല. വീടിനെ സൊസൈറ്റി കടത്തിൽ നിന്നും വീണ്ടെടുക്കണം. അനിയത്തിമാരുടെ വിവാഹം നടത്തണം. കൂടുതലൊന്നും ആലോചിക്കാനില്ലായിരുന്നു. ബോംബെയിലേക്ക് പോകുകയാണെന്ന വിവരം സിന്ധുവിനെയും അറിയിച്ചു.

ട്രെയിൻ യാത്രയിലും അയാൾ പലവിധ ചിന്തകളിൽപ്പെട്ട് ഉഴലുകയായിരുന്നു. തികച്ചും അപരിചിതമായ പുതിയൊരു സ്ഥലത്തേക്കുള്ള യാത്രയായതിനാലും ഉറ്റവരെ പിരിയുന്നതിലുള്ള വിഷമത്താലും അയാൾ വളരെ അസ്വസ്ഥനായിരുന്നു. കോളേജ് സ്റ്റഡി ടൂറിനിടയിൽ ഹൃദയം കൈമാറിയ സിന്ധുവിനെ തനിക്കിനി ജീവിതത്തിലൊരിക്കലും കാണാനായെന്നു വരില്ലെന്ന് അയാൾ ഖേദത്തോടെ ഓർത്തു.

ബോംബെയിൽ ദാദർ റെയിൽവേ സ്റ്റേഷനിൽ ജേക്കബ് വിനോദിനെ കാത്ത് നിൽക്കുന്നുണ്ടായിരുന്നു. വിദ്യാവിഹാർ എന്ന സ്ഥലത്ത് ഹനീഫ എന്ന കൂട്ടുകാരനോടൊപ്പമാണ് ജേക്കബ് താമസിച്ചിരുന്നത്. ചെറിയൊരു ഒറ്റമുറിയായിരുന്നു അത്. വിനുവും അവരോടൊപ്പം കൂടി. ഹനീഫയും ജേക്കബും ഫോർട്ടിൽ ഒരേ കമ്പനിയിലായിരുന്നു ജോലി ചെയ്തിരുന്നത്.

കേട്ടറിവ് മാത്രമുള്ള ബോംബെ എന്ന മഹാനഗരം നേരിൽ കണ്ടപ്പോൾ വിനോദ് അതിശയിച്ചു പോയി. വമ്പൻ കെട്ടിടങ്ങളും വാഹനത്തിരക്കും ജനപ്രവാഹവും അയാൾ പ്രതീക്ഷിച്ചതിലും അപ്പുറമായിരുന്നു. ഏതാനും ദിവസം വിനോദ് ജോലി അന്വേഷിച്ചു നടന്നു. അവസാനം ഹനീഫ മുഖേന കൽബാദേവിയിൽ ഒരു ചാർട്ടേർഡ് അക്കൗണ്ടന്റിന്റെ അടുത്ത് ജോലി കിട്ടി.

ഒരു ദിവസം ഹനീഫയുടെ സംഭാഷണത്തിൽ താമസസ്ഥലം മാറേണ്ടതിന്റെ സൂചനയുണ്ടായി. വിനോദിന് അധികം പരിചയക്കാരില്ലെങ്കിലും ഉള്ളവരുടെ അടുത്ത് അന്വേഷിച്ചിട്ടൊന്നും

ഫലമുണ്ടായില്ല. ജേക്കബ് തന്നെ മറ്റൊരിടത്ത് വിനോദിന് താമസിക്കാനുള്ള സൗകര്യം ചെയ്തു കൊടുത്തു.

കോഴിക്കോട്ടുകാരനായ അൻവർഭായി നടത്തുന്ന ഒരു ഡോർമിറ്ററിയായിരുന്നു അത്. ഒരു ഹാളും ചെറിയൊരു അടുക്കളയും ഒരു കക്കൂസ് കുളിമുറിയും. മുപ്പതോളം മലയാളികളാണ് ഈ സൗകര്യം ഉപയോഗിക്കുന്നത്. മുകളിലും താഴെയും ഓരോരുത്തർക്കു കിടക്കാവുന്ന ഇരുമ്പു കട്ടിലും സാധനങ്ങൾ വെക്കാൻ ഓരോ ഇരുമ്പു ലോക്കറും. എല്ലാ താമസക്കാരെയും ഒരുമിച്ചു കാണാനേ പറ്റില്ല. പലരും പല ഡ്യൂട്ടിക്കാരാണ്. വഴിയോര കച്ചവടക്കാരും ചെറിയ കമ്പനികളിലെ തൊഴിലാളികളും പാറാവുകാരും എല്ലാം അതിലുണ്ട്.

വിനോദ് തുച്ഛമായ ശമ്പളത്തിൽ സമയകൃത്യതയില്ലാതെ ജോലി ചെയ്തു ജീവിതം കഷ്ടിച്ച് തള്ളി നീക്കുകയായിരുന്നു. അങ്ങിനെയിരിക്കെ ഒരു ദിവസം പോസ്റ്റ്മാൻ ഒരു കത്തും മണി ഓർഡുമായി വന്നത് വിനോദിനെ വിസ്മയിപ്പിച്ചു. അത് സിന്ധുവിന്റെതായിരുന്നു. തന്റെ മേൽവിലാസം അവൾക്കെങ്ങിനെ കിട്ടി എന്നതിനേക്കാൾ വിനോദിനെ അമ്പരപ്പിച്ചത് തനിക്ക് കഷ്ടപ്പാടാണെന്ന് അവളെങ്ങിനെ അറിഞ്ഞു എന്നതാണ്. വളരെ നാളുകൾക്ക് ശേഷം വിനോദ് സിന്ധുവിന് വിശദമായി കത്തെഴുതി.

കാലം പോകവേ വിനോദിന്റെ ജീവിതത്തിൽ വഴിത്തിരിവായ ഒരു സംഭവം ആയിടെ നടന്നു. വിനോദ് ജോലി ചെയ്യുന്ന അക്കൗണ്ടിംഗ് കമ്പനിയുടെ ഒരു കക്ഷിയാണ് ജി.കെ.മേനോൻ. ജി.കെ. ഗ്രൂപ്പ് എന്ന വ്യവസായ സ്ഥാപനത്തിന്റെ ഉടമ. അദ്ദേഹത്തിന്റെ മകളായ പുഷ്പ എന്ന യുവതി നികുതി സംബന്ധിച്ച ചർച്ചക്കായി ഒരു ദിവസം വിനോദിന്റെ ഗുജറാത്തിയായ ബോസിനെ കാണാനായി വന്നിരുന്നു. അവർ കാബിനിൽ നിന്നും പുറത്തേക്കു പോകുമ്പോൾ യാദൃശ്ചികമായി വിനോദിനെ കണ്ടു. വാതിൽക്കൽ വരെ ചെന്ന അവർ തിരിച്ച് വിനോദിന്റെ അടുത്തേക്ക് വന്നു വിനോദല്ലേ എന്നന്വേഷിച്ചു.

ഇവരെ എവിടെയോ കണ്ടിട്ടുണ്ടെന്ന് അയാൾക്കു തോന്നി. ആ സംശയം ശരിയായിരുന്നു. കോളേജിൽ നിന്നും സ്റ്റഡിടൂർ പോയപ്പോൾ കന്യാകുമാരിയിൽ വെച്ച് പരിചയപ്പെട്ടതാണ്. സമ്പന്ന ദമ്പതികളെയും സുന്ദരിയായ മകളെയും. അവർക്ക് ഭയങ്കര ഓർമ്മശക്തി തന്നെ എന്നയാൾ അതിശയിച്ചു.

വിനോദ് ജി.കെ. ഗ്രൂപ്പിന്റെ ഫയലുകൾ നോക്കി തുടങ്ങിയതോടെ പുഷ്പയുമായി ഇടക്ക് സംസാരിക്കാനുള്ള അവസരം

കൈവന്നു. അങ്ങിനെയാണ് മേനോൻസാർ അധികവും ബിസിനസ് ടൂറുകളിലായിരിക്കുമെന്നും അമ്മ കാൻസർ വന്ന് മരിച്ചു പോയി എന്നും അറിയാനായത്. പതിയെപ്പതിയെ പുഷ്പക്ക് വിനോദിനെ വളരെ ഇഷ്ടമായി. വിനോദിന്റെ സാമ്പത്തിക പശ്ചാത്തലം വളരെ പരിതാപകരമാണെന്നറിഞ്ഞ പുഷ്പ അയാൾക്ക് അവരുടെ ഒരു കമ്പനിയിൽ നല്ലൊരു ജോലി കൊടുത്തു. വിനോദിന് ജോലിയിലുള്ള ആത്മാർത്ഥത മേനോൻ സാറിനും ഇഷ്ടമായി. താമസിയാതെത്തന്നെ വിനോദ് മാനെജർ പോസ്റ്റിലേക്ക് ഉയർത്തപ്പെട്ടു.

സിന്ധുവിന്റെ കത്തുകൾ ആഴ്ചക്കൊന്നു വീതം വന്നു കൊണ്ടിരുന്നു. ഇടക്ക് ഓഫീസ് ഫോണിലേക്കും അവൾ വിളിക്കും.

ഒരു ദിവസം ഉച്ച സമയത്ത് വിനോദ് ഓഫീസിൽ പെട്ടെന്ന്

കുഴഞ്ഞു വീണു. ഉടനെ പ്രശസ്ത ആശുപത്രിയിലെ അത്യാഹിത വിഭാഗത്തിൽ പ്രവേശിപ്പിച്ചു. വിവിധ പരിശോധന കൾക്കൊടുവിൽ രക്താർബുദമാണെന്ന് തിരിച്ചറിഞ്ഞു. പക്ഷേ അവസാന യാമങ്ങളിലാണെന്ന് ഡോക്ടർമാർ സൂചിപ്പിച്ചു.

പുഷ്പയും സഹപ്രവർത്തകരും വിനോദിന്റെ സുഹൃ ത്തുക്കളും വിവരമറിഞ്ഞു ഞെട്ടിത്തരിച്ചു. പുഷ്പ ഈ വിവരം വിനോദിന്റെ വീട്ടിലും സിന്ധുവിനെയും അറിയിച്ചു. പിറ്റേന്ന് രാത്രി വിനോദ് ഈ ലോകത്തോട് വിട പറഞ്ഞു പോയി. ഒരു വിനോദയാത്രക്കിടയിൽ വിനോദിനെ പരിചയപ്പെട്ട ആ രണ്ടു യുവതികളും സങ്കടത്തിന്റെ കയത്തിലകപ്പെട്ടു വിങ്ങിപ്പൊട്ടി.

●

(1989 ൽ നോവലാക്കി)

നിർവൃതിയുടെ പൂക്കൾ

ഒന്ന്

സുരേഷ് തമിഴ്നാട് ട്രാൻസ്പോർട്ട് ബസ്സിന്റെ ജനലരികിൽ ഇരിക്കുകയാണ്. ചാറ്റൽ മഴയിൽ വളഞ്ഞുപുളഞ്ഞ റോഡിലൂടെ ബസ്സ് സാവധാനം മല കയറുകയാണ്. ബസ്സിന്റെ ഗ്ലാസ്സിലൂടെ അയാൾ പുറത്തെ കാനനഭംഗി ആസ്വദിച്ച് ഇരുന്നു. കുളിച്ച് ഈറനണിഞ്ഞ് നിൽക്കുന്ന സുന്ദരിയെപ്പോലെ മനോഹരിയായിരുന്നു പ്രകൃതി.

സുരേഷ് നാടുവിട്ട് ദൂരേക്ക് പോകുന്നത് ഇതാദ്യമാണ്. ടൌണിൽ ഒരു കടയിൽ കണക്കെഴുത്തായിരുന്നു ഇതുവരെയുള്ള ജോലി, യാത്ര തിരിക്കുമ്പോൾ അമ്മ ഒരുപാട് ഉപദേശങ്ങൾ കൊടുത്തു. മകൻ നാടുവിട്ട് പോകുന്നത് അമ്മക്ക് തീരെ ഇഷ്ടമില്ലാത്ത കാര്യമാണ്. അമ്മക്കു മകനും മകളുമായി സുരേഷ് മാത്രമെയുള്ളൂ. അയാൾക്ക് എട്ടുവയസ്സുള്ളപ്പോഴാണ് അച്ഛൻ മരിച്ചത്.

അതിരാവിലെ എഴുന്നേറ്റ് പുറപ്പെട്ടതിനാൽ സുരേഷിന് ഉറക്കക്ഷീണമുണ്ടായിരുന്നു. ഓർമ്മകളുടെ ഒഴുക്കിൽപ്പെട്ട് എപ്പോഴോ അയാൾ മയക്കത്തിലേക്ക് വഴുതിവീണു.

യാത്രക്കാർ ബസ്സിൽ നിന്നും ഇറങ്ങുന്ന ശബ്ദം കേട്ടാണ് അയാൾ ഉണർന്നത്. അയാൾ പരിഭ്രമത്തോടെ പുറത്തേക്ക് നോക്കി. അയാൾക്ക് ഇറങ്ങേണ്ട സ്ഥലമായ വാൽപാറയായിരുന്നു അത്. ബസ്സ് ഷെഡിൽ കയറ്റി ഇട്ടിരിക്കുന്നു. ബസ്സിൽ നിന്നും ആളുകൾ ഇറങ്ങി ക്കൊണ്ടിരിക്കുന്നു. പാലക്കാട്ട് നിന്നും കയറി തൊട്ടു മുൻപിലിരുന്നിരുന്ന സുന്ദരിയായ പെൺകുട്ടി എപ്പോഴോ ഇറങ്ങിപ്പോയിരിക്കുന്നു. സുരേഷ് ബസ്സിൽ നിന്ന് ഇറങ്ങിയതും കാത്തു നിൽക്കുകയായിരുന്ന കുമാരേട്ടൻ അരികിലേക്ക് വന്നു.

ടാക്സിയിൽ കുമാരേട്ടനൊപ്പം എസ്റ്റേറ്റിലേക്കുള്ള യാത്രയിൽ അവർ അന്യോന്യം കുശലാന്വേഷണങ്ങൾ കൈമാറി. മനോഹരമായ പച്ചപ്പട്ട് വിരിച്ച ചായത്തോട്ടങ്ങൾക്കിടയിലൂടെ, ചൂളം വിളിക്കുന്ന കാറ്റാടി മരങ്ങൾക്കിടയിലൂടെ കറുത്ത പാമ്പിനെപ്പോലെ വളഞ്ഞ് ഉയർന്നും താഴ്ന്നും പോകുന്ന റോഡിലൂടെ കാർ അതിവേഗം പാഞ്ഞു പോകുമ്പോൾ ഓടിയെത്തുന്ന തെന്നലിൽ തേയിലയുടെ ഗന്ധം നിറഞ്ഞു നിന്നിരുന്നു.

തേയിലച്ചെടികളാൽ അതിർവരമ്പിടുന്ന ഒരു ക്വാർട്ടേഴ്സിനു മുൻപിൽ കാർ നിന്നു. ഗെയിറ്റ് തുറന്നു വന്ന ഒരു തമിഴ് പയ്യൻ ഡിക്കിയിൽ നിന്നും പെട്ടിയും ബാഗുമെടുത്ത് നടന്നു. പലതരം പൂച്ചെടികളാൽ ചുറ്റപ്പെട്ട ക്വാർട്ടേഴ്സിന്റെ വാതിൽക്കൽ കുലീനത്വം തുളുമ്പുന്ന മുഖസൗന്ദര്യമുള്ള മദ്ധ്യവയസ്കയായ ഒരു സ്ത്രീ അവരെ എതിരേറ്റു. അത് കുമാരേട്ടന്റെ സഹധർമ്മിണി അമ്മിണി ഓപ്പോളായിരുന്നു.

കുമാരേട്ടൻ എന്നു വിളിക്കുന്ന കുമാരൻ നായർ സുരേഷിന്റെ അമ്മയുടെ ഒരകന്ന ബന്ധുവാണ്. അദ്ദേഹം നാട്ടിൽ വരുമ്പോൾ അമ്മയെ കാണാൻ വരാറുണ്ട്. അങ്ങിനെയൊരിക്കൽ സുരേഷിന്റെ ജോലിക്കാര്യവും അമ്മ സൂചിപ്പിച്ചിരുന്നു. അതാണിപ്പോൾ ഇങ്ങോട്ട് വരാൻ കാരണം. കുമാരേട്ടൻ നാട്ടിലെ പലർക്കും എസ്റ്റേറ്റിൽ ജോലി ശരിയാക്കി കൊടുത്തിട്ടുണ്ട്. അദ്ദേഹത്തിന് എയർ ഫോഴ്സിൽ ജോലിയുള്ള ഒരു മകനും കോളേജ് കുമാരിയായ ഒരു മകളും ആണുള്ളത്.

പിറ്റേ ദിവസം കുമാരേട്ടനോടൊപ്പം എസ്റ്റേറ്റ് ഓഫീസിലെത്തി. മൂന്ന് എസ്റ്റേറ്റുകളുടെ ഒരു ഗ്രൂപ്പ് ഓഫീസ് ആയിരുന്നു അത്. കുമാരേട്ടൻ പറഞ്ഞു വെച്ച ജോലിയായതിനാൽ പേരിനൊരു ഇന്റർവ്യൂ നടന്നു. ഉടനെത്തന്നെ ജോലിയിൽ പ്രവേശിച്ചു. ഗ്രൂപ്പ് മാനെജരുടെ പേർസണൽ അസിസ്റ്റന്റ് ആണ് പോസ്റ്റ്. എല്ലാ ഓഫീസ് ജോലികളും ചെയ്യേണ്ടിയിരുന്നു. മാനെജർ പാലക്കാട് കല്പാത്തിക്കാരനായ സുബ്രഹ്മണ്യ അയ്യരായിരുന്നു.

സ്വാമി വളരെ നല്ല മനുഷ്യനായിരുന്നു. എന്തു സംശയമുണ്ടെങ്കിലും ചോദിച്ചു മനസ്സിലാക്കാം. പക്ഷേ കൃത്യനിഷ്ഠയിൽ യാതൊരു വിട്ടുവീഴ്ചയും അനുവദിക്കുമായിരുന്നില്ല. കുമാരേട്ടന്റെ ക്വാർട്ടേർസിൽ നിന്ന് അഞ്ചു മിനിറ്റ് നടക്കാവുന്ന ദൂരമേ ഓഫീസിലേക്കുള്ളൂ.

രണ്ടു മാസമായി കുമാരേട്ടന്റെ വീട്ടിലാണ് താമസം. ഇനിയെങ്കിലും മറ്റൊരിടം കണ്ടു പിടിച്ചേ പറ്റൂ എന്ന് സുരേഷ് തീരുമാനിച്ചു. പ്രത്യേകിച്ച് കാരണങ്ങൾ ഒന്നുമില്ലെങ്കിലും കുമാരേട്ടനും കുടുംബവുമായുള്ള

സുഹൃത്ബന്ധം നല്ല നിലയിൽ തുടരാൻ അതായിരിക്കും നല്ലത് എന്ന് സുരേഷിന് തോന്നി.

എസ്റ്റേറ്റ് ക്വാർട്ടേഴ്സുകൾ ഒന്നും ഒഴിവില്ലെന്ന് അന്വേഷണത്തിൽ അറിഞ്ഞു. തൊഴിലാളികൾ താമസിക്കുന്ന പാടികളിൽ ഒഴിവുണ്ട്. ടൗണിൽ ചെറിയൊരു മുറി വാടകക്കെടുത്ത് താമസം അങ്ങോട്ട് മാറ്റി. കുമാരേട്ടനും കുടുംബത്തിനും അത് തീരെ ഇഷ്ടപ്പെട്ടില്ല. സുരേഷിന് അവിടെ യാതൊരു സ്വാതന്ത്ര്യക്കുറവും ഉണ്ടായിരുന്നില്ല. എന്നിട്ടും എന്തിനാണ് പെട്ടെന്ന് താമസം മാറിയത് എന്നതിൽ അമ്മിണി ഓപ്പോൾ അതിശയിച്ചു. നിത്യവും അവരുടെ ക്വാർട്ടേഴ്സിൽ ഊണ് കഴിക്കാൻ വരണമെന്ന് അവർ നിഷ്കർഷിച്ചു. സ്കൂട്ടറിലായിരുന്നു ഓഫീസ് യാത്ര.

രണ്ട്

സുരേഷിന് ടീ എസ്റ്റേറ്റിൽ ജോലി ലഭിച്ചിട്ട് ഒരു വർഷം കഴിഞ്ഞു. തമിഴ് സംസാരിക്കാനും എഴുതാനും അയാൾക്കു വശമായിക്കഴിഞ്ഞു. എസ്റ്റേറ്റിലും പുറത്തും അയാൾക്ക് നല്ലൊരു സുഹൃത് വലയം ഉണ്ടായിരുന്നു.

കുമാരേട്ടന്റെ വീട്ടിൽ അയാൾ ആഴ്ചയിലൊരിക്കൽ പോകാറുണ്ട്. കുമാരേട്ടന്റെ മകൾ രേണുകയെ കാണാനുള്ള ആഗ്രഹവും ഉള്ളിന്റെയുള്ളിൽ ഉണ്ടായിരിക്കും. ഡിഗ്രി അവസാന വർഷക്കാരിയായ അവളെ വല്ലപ്പോഴും ഒരു നോട്ടമെ കാണാൻ കിട്ടാറുള്ളൂ. അവളെ തനിയെ അടുത്തു കിട്ടാനുള്ള സന്ദർഭം വളരെ വിരളമായിരുന്നു. എന്തെങ്കിലും ചോദിച്ചാൽത്തന്നെ ചുരുങ്ങിയ വാക്കുകളിൽ മറുപടിയൊതുക്കി അവൾ ഉള്ളിലേക്കു വലിയും. കുമാരേട്ടനും അമ്മിണി ഓപ്പോളും നേരെ മറിച്ചുമാണ്. അവർക്ക് എത്ര മാത്രം സംസാരിച്ചാലും വിഷയം തീരാറില്ല.

സുരേഷിന് ക്വാർട്ടേർസ് ഈയിടെയാണ് ലഭിച്ചത്. മാനേജർ സ്വാമിയുടെ പ്രത്യേക താല്പര്യത്തിലാണ് ക്വാർട്ടേർസ് കിട്ടിയത്. ഒഴിവുദിനമായതിനാൽ സുരേഷ് സാവധാനമെ എണീച്ചുള്ളൂ. ഡിസംബറിലെ മഞ്ഞുമൂടിയ പ്രഭാതത്തിൽ തണുത്തുറഞ്ഞ അന്തരീക്ഷത്തിൽ തേയിലക്കുന്നുകൾ വെറുങ്ങലിച്ചു നിന്നു. യൂക്കാലി മരങ്ങൾ പോലും അനങ്ങാതെ നിന്നു. കട്ടിയേറിയ മഞ്ഞിൻ പടലങ്ങളെ തുളച്ചുകീറി സൂര്യകിരണങ്ങൾ നേരിയ തോതിലെ ഭൂമിയിൽ പതിക്കുന്നുള്ളൂ. ഫാക്ടറിയിലെ ഷിഫ്റ്റ് മാറുന്ന ശബ്ദം അകലെ നിന്ന് അരിച്ചരിച്ചു വന്നു.

തേയില നുള്ളുന്ന കുടുംബിനികൾ കാലത്തു തന്നെ തങ്ങളുടേതായ പ്രാരാബ്ദങ്ങളും പൊല്ലാപ്പുകളും വായ് തോരാതെ കൈമാറിക്കൊണ്ടിരുന്നു. അടക്കിപ്പിടിച്ച ചിരിയോടെ പ്രായമായവരുടെ ശ്രദ്ധയിൽ പെടാതെ തങ്ങൾക്കു താല്പര്യമുള്ള വിഷയങ്ങൾ സംസാരിച്ചു രസിക്കുന്നതിൽ യുവതികളും തൽപരരായിരുന്നു. അപ്പോഴും അവരുടെ കൈകൾ ത്വരിതമായി ഇലകൾ നുള്ളിക്കൊണ്ടിരുന്നു.

സ്വെറ്ററിനു മീതെ ഒരു പുതപ്പു കൂടി പുതച്ചു കൊണ്ട് സുരേഷ് തന്റെ ക്വാർട്ടേഴ്സിനു വെളിയിൽ വന്നു നിന്ന് പരിസരം വീക്ഷിക്കുകയായിരുന്നു. നല്ല സൗകര്യമുള്ള ചെറിയൊരു ക്വാർട്ടേഴ്സ്. വീട്ടുപണിക്ക് ഒരു തമിഴത്തിതള്ള വരുന്നുണ്ട്, അതാണാശ്വാസം.

അകത്ത് ഫോൺ ബെല്ലടിച്ചപ്പോൾ സുരേഷ് അത് ചെന്നെടുത്തു. മാനേജർ സ്വാമിയാണ്. ഫ്രീയാണെങ്കിൽ സ്വാമിയുടെ ക്വാർട്ടേഴ്സിലേക്കു ചെല്ലാൻ. ചെസ് കളിഭ്രാന്തനായ സ്വാമി ഒഴിവുവേളകളിൽ സുരേഷിനെ വിളിച്ചു വരുത്തും. അന്ന് ഭക്ഷണമെല്ലാം സ്വാമിയുടെ വീട്ടിൽ നിന്നു തന്നെ. സ്വാമിയുടെ ഭാര്യ കനകാംബാളിനും മകൾ രേവതിക്കും സുരേഷിനെ വളരെ കാര്യമാണ്. രേവതി, ടൗണിലുള്ള കോളേജിൽ ഒന്നാം വർഷ ഡിഗ്രി വിദ്യാർത്ഥിനിയാണ്. ആ കുട്ടിയെ ആണ് അയാൾ നാട്ടിൽ നിന്നു വരുമ്പോൾ ബസ്സിൽ കണ്ടത്.

കാളിംഗ് ബെൽ ശബ്ദിച്ചപ്പോൾ സുരേഷ് പുറത്തേക്ക് വന്നു. കുമാരേട്ടനെ കണ്ട് സുരേഷ് അമ്പരന്നു.

" ങ്ഹാ. കുമാരേട്ടനോ? വരൂ, ഇരിക്കൂ. എന്താ കാലത്ത് വിശേഷിച്ച് ?"

"ഹെയ്, ഒന്നുമില്ല. രാവിലെ വെറുതെ നടക്കാനിറങ്ങിയതാണ്. രണ്ടാഴ്ചയായി നിന്നെ അങ്ങോട്ട് കാണാത്തതുകൊണ്ട് അമ്മിണി പരിഭവത്തിലാണ്."

"അത്, സ്വാമി നിർബന്ധിച്ച് വിളിച്ചപ്പോൾ അങ്ങോട്ട് ചെസ്സ് കളിക്കാൻ പോയി. ഇന്ന് കുമാരേട്ടന്റ വീട്ടിലേക്ക് വരാനിരിക്കയായിരുന്നു."

പെട്ടെന്ന് വായിൽ വന്നതങ്ങ് പറഞ്ഞ് സുരേഷ് തടി തപ്പി.

"ശരി, എന്നാൽ ഉച്ചക്ക് ഊണിന് മുൻപ് വാ. ഇന്ന് രേണുവിന്റെ ജന്മനക്ഷത്രമാണ്."

സുരേഷ് ശരി എന്ന അർത്ഥത്തിൽ തല കുലുക്കി.

കുമാരേട്ടൻ യാത്ര പറഞ്ഞിറങ്ങിയപ്പോൾ സുരേഷ് സ്വാമിയെ വിളിച്ച് വൈകുന്നേരം കാണാമെന്ന് പറഞ്ഞു. ടൗണിൽ പോയി

പിറന്നാളുകാരിക്ക് ചില സമ്മാനങ്ങൾ വാങ്ങിയാണ് സുരേഷ് കുമാരേട്ടന്റെ ക്വാർട്ടേഴ്സിൽ എത്തിയത്. തീരെ പ്രതീക്ഷിക്കാതെ സമ്മാനപ്പൊതി കിട്ടിയപ്പോൾ രേണുകയുടെ മിഴികൾ സന്തോഷ ത്താൽ വിടർന്നു. എല്ലാവരും കൂടി ഒരുമിച്ചിരുന്ന് ഊൺ കഴിച്ച ശേഷം റമ്മി കളിച്ചു.

കളിയും ചിരിയുമായി വളരെ ഉല്ലാസകരമായ നിമിഷങ്ങളായിരു ന്നു അത്. പഴയ നാണക്കാരിയായ രേണുവിനെയല്ല ഇന്ന് കണ്ടത്. ഒപ്പമിരുന്ന് കാർഡ്സ് കളിക്കാനും ഒപ്പത്തിനൊപ്പം സംസാരി ക്കാനും അവൾക്കിപ്പോൾ മടിയില്ലാതായിരിക്കുന്നു. അയാളുടെ ചെറുതമാശകൾ കേട്ട് ചില്ലു വീണുടയുന്നതു പോലെ അവൾ പൊട്ടി ച്ചിരിച്ചപ്പോൾ, ആ ചിരിയിൽ കുമാരേട്ടനും അമ്മിണി ഓപ്പോളും പങ്കുചേർന്നപ്പോൾ സുരേഷ് എന്ന ചെറുപ്പക്കാരന്റെ മനസ്സിൽ പ്രണയത്തിന്റെ വിത്തുകൾ പൊട്ടി മുളച്ചു.

മൂന്ന്

സുരേഷ് ജോലിയിൽ കയറിയിട്ട് വർഷം ഒന്ന് കഴിഞ്ഞു. അമ്മി ണിയമ്മ രേണുവിന്റെയും സുരേഷിന്റെയും കാര്യം സൂചിപ്പിച്ചപ്പോൾ കുമാരൻ നായർ മൗനം പൂണ്ടതേയുള്ളൂ. രേണുവും സുരേഷും തമ്മിൽ ഇഷ്ടമാണെന്നേറെക്കുറെ അയാൾക്ക് മനസ്സിലായിട്ടുണ്ട്.

"ഭാര്യക്കും തനിക്കും ഈ ബന്ധം സമ്മതമാണ്. ഇനിയിപ്പോൾ സുരേഷിന്റെ അമ്മയുടെ അഭിപ്രായമറിയണം. ജാതകം നോക്കണം." അയാളോർത്തു.

രേണുവാകട്ടെ ഏതോ മാസ്മര വലയത്തിൽ അകപ്പെട്ടതുപോലെ മധുരം അയവിറക്കി നടക്കുകയാണീയിടെ. ജീവിതത്തിലാദ്യമായി താൻ സ്നേഹിക്കുന്ന പുരുഷന്റെ ചുണ്ടിൽ നിന്നും 'തന്നെ' സെലക്ട് ചെയ്തിരിക്കുന്നു എന്ന് മന്ത്രിച്ച ആ നിമിഷം, താനെത്രയോ നാളായി അങ്ങോട്ട് പറയാൻ കൊതിച്ച കാര്യം സുരേട്ടൻ ഇങ്ങോട്ട് പറഞ്ഞ പ്പോൾ ഹൃദയം നിറഞ്ഞു പോയി. മധുവൂറുന്ന ആ ഓർമ്മകൾ പല രാത്രികളിലും രേണുകയുടെ ഉറക്കം നഷ്ടപ്പെടുത്തി. ചെറിയ മയക്ക ത്തിൽ പോലും അവൾ മധുരസ്വപ്നങ്ങൾ കണ്ട് പൊട്ടിച്ചിരിച്ചു. അവൾ ഡിഗ്രീ പരീക്ഷ കഴിഞ്ഞ് റിസൽട്ടിനായി കാത്തിരിക്കുകയായിരുന്നു.

സുരേഷും ഏതാണ്ടീ അവസ്ഥയിൽ തന്നെയായിരുന്നു. നാട്ടിൽ നിന്നും കഴിഞ്ഞ ദിവസം വന്ന അമ്മയുടെ കത്തിൽ കല്യാണക്കാ ര്യവും എഴുതിയിരുന്നു. രേണുവിന്റേയും സുരേഷിന്റെയും ജാതകങ്ങൾ തമ്മിൽ നല്ല പൊരുത്തമാണെന്നും കുമാരേട്ടനുമായി കാര്യങ്ങൾ

സംസാരിക്കുന്നുണ്ടെന്നും എഴുതിയിരുന്നു. മധുര ചിന്തകളിൽ ഉഴറി നടന്ന് അയാൾ രാത്രികളിൽ ഉറക്കത്തിനായി കാത്തു കിടക്കുക പതിവായി.

അവസാനം ആ സുദിനം വന്നെത്തി. ഏപ്രിലിലെ വിഷുക്കാലം. ഒരു ശുഭമുഹൂർത്തത്തിൽ ഗുരുവായൂർ അമ്പലനടയിൽ വെച്ച് രേണുവും സുരേഷും വിവാഹിതരായി. ഒപ്പം തന്നെ മറ്റൊരു മാംഗല്യവും നടന്നു. എയർ ഫോഴ്സ് ഉദ്യോഗസ്ഥനായ രേണുകയുടെ ജ്യേഷ്ഠൻ ആനന്ദും സുരേഷിന്റെ ഇളയമ്മയുടെ മകൾ രാജിയും തമ്മിലുള്ളതായിരുന്നു അത്. രണ്ടു വിവാഹവും അതിഗംഭീരമായാണ് നടന്നത്. എസ്റ്റേറ്റിൽ നിന്നും ധാരാളം പേർ എത്തിയിരുന്നു.

രണ്ടാഴ്ചക്കു ശേഷം കുമാരേട്ടനും അമ്മിണി ഓപ്പോളും നാട്ടിൽ നിന്ന് എസ്റ്റേറ്റിലേക്ക് മടങ്ങി. കൂടെ ആനന്ദും രാജിയും പോയി. വീണ്ടും ഒരാഴ്ച കൂടി കഴിഞ്ഞ് സുരേഷും രേണുകയും പുറപ്പെട്ടുള്ളൂ. യാത്രക്ക് മുൻപ് അവർ അമ്മയോട് ചോദിച്ചു.

“അമ്മ ഈ വാർദ്ധക്യത്തിൽ ഇനിയും കൃഷി നടത്തി ഒറ്റക്കിവിടെ നിൽക്കേണ്ട. വീട് പൂട്ടിയിടാം. അടുത്തു തന്നെ സരോജിനി ഇളയമ്മയില്ലേ. അവർ ശ്രദ്ധിച്ചു കൊള്ളും. അമ്മ ഞങ്ങളുടെ കൂടെ പോരൂ.”

“ഇല്ല മക്കളെ. അമ്മ ഇവിടെ തന്നെ കഴിഞ്ഞോളാം. തൊട്ടടുത്തു തന്നെ സരോജിനിയും ഭർത്താവുമുണ്ടല്ലോ. നിങ്ങൾ ഇപ്പോൾ യാത്രയാകു. ആവശ്യം വരുമ്പോൾ പറയാം.”

സുരേഷ് പിന്നെ നിർബന്ധിച്ചില്ല. നിർബന്ധിച്ചിട്ടു കൊണ്ട് കാര്യമില്ലെന്നറിയാം. അവർ എസ്റ്റേറ്റിലേക്ക് യാത്ര തിരിച്ചു.

ഒരാഴ്ച കുമാരേട്ടന്റെ ക്വാർട്ടേർസിൽ കഴിഞ്ഞതിനു ശേഷം സുരേഷും രേണുകയും സ്വന്തം ക്വാർട്ടേഴ്സിലേക്ക് താമസം മാറ്റി. രേണുവിനും ക്വാർട്ടേർസ് വളരെ ഇഷ്ടപ്പെട്ടെങ്കിലും അമ്മയെയും അച്ഛനെയും വിട്ടു നിൽക്കുന്നതിൽ വിഷമം ഉണ്ടായിരുന്നു. നടന്നു പോകാവുന്ന ദൂരത്ത് തന്നെ അവർ ഉണ്ടല്ലോ എന്നതായിരുന്നു സമാധാനം.

ശ്രീകോവിലിൽ ശ്രീദേവി പ്രത്യക്ഷപ്പെട്ടപ്പോൾ ഉണ്ടായ നവചൈതന്യമായിരുന്നു ക്വാർട്ടേർസിന് രേണുകയുടെ സാന്നിദ്ധ്യം നല്കിയത്. സ്ത്രീ സാന്നിദ്ധ്യമുണ്ടെങ്കിലേ വീട് ഐശ്വര്യ പൂർണ്ണമാകൂ എന്ന് ആരോ പറഞ്ഞത് ശരിയാണെന്ന് സുരേഷിന് തോന്നി.

മധുവിധുവിന്റെ ഉന്മാദ രാത്രികളും പകലുകളും പൊഴിയവെ സുരേഷ് ഒരു പിതാവാകാൻ വെമ്പൽ കൊള്ളുകയായിരുന്നു.

ദിവസങ്ങൾ വളർന്നു വലുതായി മാസങ്ങളായി മാറിക്കൊണ്ടിരിക്കെ രേണുക ഒരമ്മയാകാൻ തയ്യാറെടുക്കുകയായിരുന്നു. സുന്ദര സ്വപ്നം സാക്ഷാത്കരിക്കുന്നതും കാത്ത് ദിവസങ്ങളെണ്ണിത്തീർക്കുകയായിരുന്നു ആ യുവദമ്പതികൾ.

നാല്

ഡോക്ടർ പറഞ്ഞ തീയതിക്കു മുൻപു തന്നെ രേണുകയെ ഹോസ്പിറ്റലിൽ പ്രവേശിപ്പിക്കേണ്ടി വന്നു. കുമാരേട്ടനും അമ്മിണി ഓപ്പോളും രാജിയും കൂടെയുണ്ടായിരുന്നു. എത്രയും പെട്ടെന്ന് ഓപ്പറേഷൻ നടത്തണമെന്നറിഞ്ഞപ്പോൾ സുരേഷ് ആകെ പരിഭ്രാന്തനായി. അകാരണമായ ഒരു ഭീതി മനസ്സിനെ മഥിക്കുന്നതായി അയാൾക്കനുഭവപ്പെട്ടു. എല്ലാവരുടെയും മുഖം മ്ലാനതയിലാണ്ടു.

കനം തൂങ്ങി നിന്ന നിമിഷങ്ങൾക്ക് അന്ത്യം കുറിച്ചു കൊണ്ട് ഓപ്പറേഷൻ തിയ്യേറ്ററിന്റെ വാതായനം തുറക്കപ്പെട്ടപ്പോൾ ഒരു പിഞ്ചു കുഞ്ഞിന്റെ നേർത്ത കരച്ചിൽ സുരേഷ് കേട്ടു. തന്റെ ജീവിത സഖിയേയും ഓമനപ്പൈതലിനേയും കാണുവാനായി സുരേഷിന്റെ ആർത്തി പൂണ്ട കണ്ണുകൾ നീണ്ടുചെന്നപ്പോൾ ആ ഞെട്ടിപ്പിക്കുന്ന സത്യം ഡോക്ടറിലൂടെ അയാളറിഞ്ഞു.

പ്രാണപ്രേയസി തന്നെ വിട്ടുപിരിഞ്ഞിരിക്കുന്നു എന്ന ഭീകര സത്യത്തിനു മുൻപിൽ ഒരു നിമിഷം അയാൾ പകച്ചു നിന്നു. പെട്ടെന്ന് മുന്നിലുള്ളവരെയെല്ലാം തട്ടിമാറ്റി ഭ്രാന്ത് പിടിച്ചവനെപ്പോലെ തന്റെ സർവ്വസ്വവുമായ രേണുവിന്റെ അടുത്തേക്ക് കുതിച്ചു. രേണുകയുടെ നിശ്ചലമായ ശരീരം കെട്ടിപ്പിടിച്ചു സർവ്വതും നഷ്ടപ്പെട്ടവനെപ്പോലെ അയാൾ വാവിട്ട് കരഞ്ഞു.

മകൾ നഷ്ടപ്പെട്ട വിവരം അറിഞ്ഞ നിമിഷം തന്നെ അമ്മിണി അമ്മ ബോധശൂന്യ യായിക്കഴിഞ്ഞിരുന്നു. രാജി ഒരു ജീവച്ഛവം പോലെ അവർക്കരികിൽ തരിച്ചിരുന്നു. കുമാരൻ നായർ കഴിവതും സംയമനം പാലിക്കാൻ ശ്രമിച്ചുകൊണ്ടിരുന്നു. എങ്കിലും ഇടയ്ക്കിടെ അയാൾ വിങ്ങിപ്പൊട്ടിപ്പോയി.

നീണ്ട ഇടവേളക്കുശേഷമാണ് സുരേഷ് ജോലിക്കു പോകാൻ തുടങ്ങിയത്. പക്ഷേ, ജോലിയിൽ ശ്രദ്ധ കേന്ദ്രീകരിക്കാൻ അയാൾക്കു കഴിഞ്ഞിരുന്നില്ല. ക്വാർട്ടേർസ് പൂട്ടിക്കിടപ്പാണ്. കുമാരേട്ടനോടൊപ്പമാണ് താമസം. ദിവസങ്ങൾ ഒച്ചിനെപ്പോലെ നീങ്ങിക്കൊണ്ടിരുന്നു. ഓഫീസ് സമയമൊഴിച്ച് മുഴുവൻ സമയവും അയാൾ മോളോടൊപ്പമായിരുന്നു.

രേണ തന്നെ വിട്ടു പോയിട്ട് ഒരു വർഷം കഴിഞ്ഞു പോയെന്ന് അയാളോർത്തു. ഇപ്പോഴും അയാളുടെ മനസ്സിൽ ആ പഴയ നിറമുള്ള ദിവസങ്ങൾ തിളങ്ങി നിന്നു. രേണുവിന്റെ ഛായയുള്ള രശ്മി മോളുടെ കളികളിലും കൊഞ്ചലുകളിലും തന്റെ ദുഃഖങ്ങളുടെ നഖപ്പാടുകളെ മായ്ച്ചു കളയാൻ അയാൾ ശ്രമിച്ചു.

അതേപോലെ കുമാരൻ നായരും അമ്മിണിയമ്മയും പേരക്കുട്ടിയെ ലാളിച്ച് മകളുടെ വേർപാട് മറക്കാൻ ശ്രമിച്ചു. ചില മാസങ്ങൾ കൂടി കഴിഞ്ഞാൽ കുമാരൻ നായർ ജോലിയിൽ നിന്നും വിരമിക്കും. അപ്പോൾ നാട്ടിൽ പണി കഴിച്ചു വെച്ച വീട്ടിൽ താമസമാരംഭിക്കാനാണ് ഉദ്ദേശിക്കുന്നത്.

ദുഃഖങ്ങളുറങ്ങുന്ന സുരേഷിന്റെ ക്ഷീണിത മുഖം കാണുമ്പോളെല്ലാം കുമാരേട്ടനും അമ്മിണി ഓപ്പോളും സങ്കടത്തോടെ നെടുവീർപ്പിട്ടു. ചില അടുത്ത സുഹൃത്തുക്കൾ സുരേഷിനോട് വീണ്ടുമൊരു വിവാഹം കഴിക്കേണ്ടതിന്റെ ആവശ്യത്തെക്കുറിച്ച് വിശദീകരിച്ചു. പക്ഷേ, അയാൾക്ക് അതൊന്നും ചെവിക്കൊള്ളാൻ സാധിച്ചില്ല.

വളരെ നാളുകൾക്കു ശേഷം അവിചാരിതമായാണ് സുരേഷ് മുൻ ബോസായ സ്വാമിയെ കണ്ടുമുട്ടിയത്. സ്വാമി ജനറൽ മാനെജരായി പ്രൊമോഷൻ ലഭിച്ച് ടൗണിലുള്ള ഡിവിഷണൽ ഓഫീസിലായിരുന്നു. തന്റെ ബംഗ്ലാവിലേക്ക് ഒഴിവു ദിവസം വരണമെന്ന് സുരേഷിനോട് സ്വാമി അഭ്യർത്ഥിച്ചു. വളരെ കാലമായി സുരേഷ് വീട്ടിലേക്ക് വരാത്തതിൽ അമ്മ്യാർക്ക് പരിഭവമുണ്ടെന്നും പറഞ്ഞു. സ്വാമിക്ക് ചെസ്സ് കളിക്കാൻ ആളെ കിട്ടാത്ത വിഷമമായിരുന്നു.

ആ ഞായറാഴ്ച സുരേഷ് രശ്മിമോളുമായി സ്വാമിയുടെ ബംഗ്ലാവിലെത്തി. രണ്ടു വർഷത്തോളമായി താനിവിടെക്ക് വന്നിട്ട് എന്ന് അയാളോർത്തു രേണുകയോടൊപ്പമായിരുന്നു അത്. സ്വാമിയുടെ ഭാര്യ കനകാംബാൾ ഇത്രയും നാൾ സുരേഷിനെ കാണാത്തതിൽ ഉള്ള പരിഭവമറിയിച്ചു. അയാൾ വെറുതെ പുഞ്ചിരിച്ചതേയുള്ളൂ. അവർ ചിരിച്ചുകൊണ്ട് രശ്മി മോളുടെ നേരെ കൈ നീട്ടി. രശ്മി മോൾ സുരേഷിന്റെ മുഖത്തേക്കൊന്നു നോക്കിയ ശേഷം കനകാംബാളുടെ കൈകളിലേക്ക് ചാടി. പരിചയമില്ലാത്തവരുടെ അടുത്തേക്ക് പോകാത്ത കുട്ടിയാണ് ഇപ്പോൾ അത്ഭുതം കാട്ടിയിരിക്കുന്നത്.

സ്വാമിയും സുരേഷും വർത്തമാനത്തിലേക്ക് കടന്നപ്പോൾ കനകാംബാൾ മോളെയും കൊണ്ട് ഉള്ളിലേക്ക് പോയി.

"നമുക്ക് ഒരു ഗെയിം കളിച്ചാലോ? സുരേഷിനോടേറ്റുമുട്ടിയിട്ട് കുറെയായി."

സ്വാമി വിഷയത്തിലേക്ക് വന്നു.

“കളിക്കാനുള്ള മൂഡൊന്നുമില്ല, സാറെ.”

സുരേഷ് താല്പര്യമില്ലാതെ പറഞ്ഞപ്പോൾ സ്വാമി കൂട്ടാക്കിയില്ല. അമ്മ്യാരുടെ സൂപ്പർ കാപ്പി നുകർന്നു കൊണ്ട് സ്വാമി ചെസ് ബോർഡ് നിരത്തി. സുരേഷ് മനമില്ലാ മനമോടെ കളി ആരംഭിച്ചു. ഉള്ളിൽ നിന്നും സ്വാമിയുടെ മകൾ രേവതി രശ്മി മോളെ കൊഞ്ചിക്കുന്ന ശബ്ദം കേൾക്കാമായിരുന്നു.

രണ്ടാം ഗെയിം തുടരുന്നതിനിടയിൽ കനകാംബാൾ വന്ന് പറഞ്ഞു.

“രശ്മി മോളെ രേവതിമോൾ നിലത്തു വെക്കുന്നില്ല. രണ്ടു പേർക്കും അന്യോന്യം നന്നായി പിടിച്ചിരിക്കുന്നു.”

ഊൺ കഴിഞ്ഞ ശേഷമെ സുരേഷിനവിടെ നിന്ന് ഇറങ്ങാനായുള്ളൂ. ഇതിനിടെ രശ്മി മോൾ അവർ മൂന്നു പേരുടെയും ഹൃദയം കവർന്നിരുന്നു. അടുത്ത ഞായറാഴ്ചയും വരാനായി അവർ അയാളെ നിർബന്ധിച്ചു. സുരേഷ് ഒന്നും പറഞ്ഞില്ല. പക്ഷേ, രശ്മി മോൾ രേവതിയുടെ പക്കൽ നിന്ന് വരാൻ കൂട്ടാക്കിയില്ല. സ്കൂട്ടറിൽ യാത്ര പോകാം എന്ന് പ്രലോഭിപ്പിച്ചപ്പോഴാണ് മോൾ വരാൻ തയ്യാറായത്.

സുരേഷ് അടുത്ത ആഴ്ചകളിലൊന്നും സ്വാമിയുടെ ബംഗ്ലാവിലേക്ക് പോയില്ല. കുറച്ചു ദിവസം കഴിഞ്ഞപ്പോൾ സുരേഷിന് സ്വാമിയുടെ ഫോൺ വന്നു. വീട്ടിലേക്ക് പിന്നീട് വരാത്തതിലുള്ള പരിഭവപ്രകടനമായിരുന്നു അതിൽ.

ഞായറാഴ്ച രാവിലെ വീണ്ടും സ്വാമിയുടെ വിളി വന്നു. സുരേഷിനെയും മോളെയും പ്രതീക്ഷിച്ച് ഇരിക്കുകയാണെന്നായിരുന്നു സന്ദേശം. സുരേഷ് മോളെയും കൂട്ടി സ്കൂട്ടറിൽ സ്വാമിയുടെ ബംഗ്ലാവിലെത്തി. എല്ലാ മുഖങ്ങളും സന്തോഷത്താൽ വിടർന്നിരുന്നു. ഒരു വേള രേവതിയാണ് കൂടുതൽ ആഹ്ലാദവതിയായത് എന്ന് തോന്നി. സ്കൂട്ടർ നിർത്തിയപ്പോഴേക്കും അവൾ ഓടി വന്ന് രശ്മി മോളെ എടുത്തു കൊണ്ട് പോയി. സ്വാമിയും സുരേഷും ചെസ് കളിയിൽ മുഴുകി. സ്വാമിയും കുടുംബവുമായുള്ള സമ്പർക്കം സുരേഷിന്റെ പിരിമുറുക്കത്തിന് നല്ല അയവ് വരുത്തി.

പിന്നീട് സുരേഷിന്റെ ഒഴിവുദിനങ്ങൾ മിക്കതും സ്വാമി കുടുംബത്തോടൊപ്പമായി മാറി. ചെസ് കളി ഹരമായ സ്വാമിക്ക് സുരേഷ് നല്ലൊരു എതിരാളി ആയിരുന്നു. രേവതിയാകട്ടെ രശ്മി മോളിലൂടെ സുരേഷുമായി നന്നായി ഇടപഴകാൻ തുടങ്ങിയിരുന്നു. അതാകട്ടെ

രണ്ടു പേരുടെയും മനസ്സിൽ ചില ഇളക്കങ്ങൾ വരുത്താൻ തുടങ്ങിയിരുന്നു.

ഈയിടെയായി രശ്മി മോളെ പിരിഞ്ഞിരിക്കാൻ രേവതിക്കു വിഷമമായിരിക്കുന്നു. അതുപോലെ തന്നെ സുരേഷിനെയും കാണാതെ ഇരിക്കാൻ വയ്യെന്നായിരിക്കുന്നു. സുരേഷിലും വലിയ മാറ്റങ്ങൾ വന്നിരിക്കുന്നു. രേണുകയല്ലാതെ മറ്റൊരു സ്ത്രീക്കും തന്റെ മനസ്സിൽ സ്ഥാനമില്ലെന്ന് ശഠിച്ചിരുന്ന സുരേഷ് രേവതിയുടെ സാമീപ്യം ആസ്വദിക്കുമായിരുന്നു.

തങ്ങൾക്ക് അന്യോന്യം ഇഷ്ടമാണെന്ന് രണ്ടു പേർക്കുമറിയാം. പക്ഷേ, അത് തുറന്നു പറയാനുള്ള ധൈര്യം രണ്ടു പേർക്കും ഉണ്ടായിട്ടില്ല. സ്വാമിയുടെ പ്രതികരണം എന്തായിരിക്കുമെന്ന് ഒരു ഊഹവുമില്ലാത്തതിനാൽ സുരേഷ് കുഴങ്ങി.

അഞ്ച്

കുമാരൻ നായർ ജോലിയിൽ നിന്ന് വിരമിച്ച് നാട്ടിൽ സ്ഥിരതാമസമായി. രാജിയും കുട്ടിയും ആനന്ദിനൊപ്പം ജോലി സ്ഥലത്തായിരുന്നു. രശ്മി മോളെ കൂടെ കൊണ്ടുപോകാൻ കുമാരേട്ടനും അമ്മിണിഓപ്പോളും കുറെ നിർബന്ധിച്ചെങ്കിലും സുരേഷ് സമ്മതിച്ചില്ല. രശ്മി മോൾ കൂടെയില്ലാതെയുള്ള അവസ്ഥ സുരേഷിന് ആലോചിക്കാൻ പോലുമായില്ല.

പക്ഷേ, സുരേഷ് ജോലിക്ക് പോകുമ്പോൾ മൂന്ന് വയസ്സുകാരിയായ മകളെ ആര് നോക്കും എന്ന പ്രശ്നമുദിച്ചു. അപ്പോഴും സ്വാമിയും കുടുംബവും സഹായഹസ്തവുമായി വന്നു. സുരേഷ് രാവിലെ ജോലിക്ക് പോകുമ്പോൾ രശ്മിമോളെ സ്വാമിയുടെ വീട്ടിലാക്കും. വൈകുന്നേരം തിരിച്ചു വരുമ്പോൾ മോളെ ക്വാർട്ടേഴ്സിലേക്ക് കൊണ്ടു പോകും. ഇതോടെ സുരേഷും രേവതിയും തമ്മിലുള്ള പ്രണയം ഊട്ടിയുറപ്പിക്കപ്പെടുകയാണുണ്ടായത്.

അവസാനം കനകാംബാൾ ഈ ബന്ധം മനസ്സിലാക്കി. രേവതിയെ കുറെ ഉപദേശിക്കുകയും ശാസിക്കുകയും ചെയ്തെങ്കിലും അവൾക്കീ ബന്ധത്തിൽ നിന്നും പിൻമാറാൻ കഴിഞ്ഞില്ല. കനകാംബാൾവഴി സ്വാമി വിവരമറിഞ്ഞപ്പോൾ ഒരു പൊട്ടിത്തെറി തന്നെ അവിടെയുണ്ടായി. പിന്നീട് സംയമന ചിത്തനായ സ്വാമി സുരേഷുമായി കാര്യങ്ങൾ സംസാരിക്കുകയും ഒരു തീരുമാനത്തിലെത്തുകയും ചെയ്തു.

വളരെ ലളിതമായ ചടങ്ങുകളോടെ വളരെ ചുരുക്കം സുഹൃത്തുക്കളുടെ സാന്നിദ്ധ്യത്തിൽ സുരേഷിന്റെയും രേവതിയുടെയും വിവാഹം നടന്നു.

സ്വാമിയുടെ സമുദായത്തിന്റെ ശക്തമായ എതിർപ്പോടെത്തന്നെയാണ് വിവാഹം നടന്നത്. സമൂഹത്തിനു മുന്നിൽ വരൻ ഒരു രണ്ടാം കെട്ടുകാരനാണെന്നതും ഒരന്യജാതിക്കാരനാണെന്നതും വലിയൊരു പോരായ്മയാണെങ്കിലും ജീവിതത്തിൽ ഒരിക്കലും ഏകമകളെ വിഷമിപ്പിച്ചിട്ടില്ലാത്ത സ്വാമിക്ക് മറിച്ചൊന്നു ചിന്തിക്കാനുള്ള ശേഷി ഇല്ലായിരുന്നു. മാത്രമല്ല സുരേഷിനെയും രശ്മി മോളെയും സ്വാമി ദമ്പതികൾക്ക് വെറുക്കാനോ തിരസ്കരിക്കാനോ കഴിയുമായിരുന്നില്ല.

" രശ്മി മോളെ, ഇനി മുതൽ ഇവർ നിന്റെ ആന്റിയല്ല. അമ്മയാണ് കെട്ടോ. അമ്മേ എന്ന് വിളിക്കു"

സുരേഷ് രശ്മി മോൾക്ക് പറഞ്ഞു കൊടുക്കുക യായിരുന്നു. നിമിഷനേരം സംശയിച്ചു നിന്നതിനു ശേഷം രണ്ടു പേരുടെയും മുഖത്തേക്ക് മാറി മാറി നോക്കിയ ശേഷം പുഞ്ചിരിയോടെ 'അമ്മേ' എന്ന് കൊഞ്ചി വിളിച്ചു കൊണ്ട് അവൾ രേവതിയുടെ മടിയിലേക്ക് ചാടി ഇരുന്നു.

"അമ്മെ" എന്നുള്ള ആ കുരുന്നു വിളിയിൽ രേവതിയുടെ ഹൃദയം സ്നേഹത്താലും സന്തോഷത്താലും നിറഞ്ഞൊഴുകി. അവളിലൊളിഞ്ഞു കിടന്നിരുന്ന മാതൃത്വം കോരിത്തരിച്ചു. അവൾ രശ്മി മോളെ എടുത്ത് തെരുതെരാ ചുംബിച്ചു. അപ്പോൾ സുരേഷ് നറുചിരിയോടെ രേവതിയുടെ ചുമലിലൂടെ കയ്യിട്ട് കാതിൽ മന്ത്രിച്ചു.

"രേവാ... ഇനി നമുക്ക് ഒരു കുഞ്ഞുമോൻ കൂടി വേണം അല്ലെ?"

അപ്പോൾ രേവതി ലജ്ജയാൽ കൂമ്പിപ്പോയി. അവളുടെ മാൻ മിഴികളിൽ നിർവൃതിയുടെ സാക്ഷാൽക്കാരം തുളുമ്പി നിന്നു. സ്വപ്നമുഹൂർത്തങ്ങളെ താലോലിച്ചു നടന്ന അവളുടെ ഹൃദയം സാഫല്യത്തിന്റെ മുത്തുമണികളണിഞ്ഞു. ചുണ്ടുകളിൽ ആത്മനിർവൃതിയുടേതായ പുഞ്ചിരി പൂക്കൾ വിരിഞ്ഞു നിന്നിരുന്നു.

●

(ഈ നീണ്ടകഥ 1989 ൽ നോവലാക്കിയിരുന്നു.)

ഓർമ്മയിൽ ഒരു നൊമ്പരം

ഒന്ന്

ഉച്ചക്ക് വീണു കിട്ടിയ ഇടവേളയിൽ ജാനകി അമ്മ കസാലയിൽ ചാരി ഇരുന്ന് അന്നത്തെ പത്രം നിവർത്തി. അതൊരു പതിവാണ്. ഉച്ചയൂൺ കഴിഞ്ഞ് പണിയെല്ലാം ഒതുങ്ങിയാൽ അൽപനേരം ഇരുന്ന് പത്രമൊന്ന് കണ്ണോടിക്കും. ഒരോർമ്മത്തെറ്റുപോലെ പലപ്പോഴും സംഭവബഹുലമായ ഭൂതകാലം ജാനകിയമ്മയിൽ തികട്ടിവരും. ഇപ്പോഴും അതു തന്നെയാണ് സംഭവിച്ചത്. 'ഭർത്താവിനെ കാണാനില്ല' എന്ന പത്രവാർത്ത വായിച്ചപ്പോഴാണ് ജാനകിയമ്മയുടെ മനസ്സ് പിറകോട്ട് പറന്നു പോയത്.

ജാനകി എന്ന നായർ യുവതി ടീച്ചേർസ് ട്രെയിനിംഗ് കഴിഞ്ഞു വന്നത് അക്കാലത്ത് ആ നാട്ടിലെ തന്നെ ഒരു വിശേഷ വാർത്തയായിരുന്നു. നാട്ടിലെ ജന്മിയും പ്രതാപിയുമായ ഇട്ടിരാരിച്ചൻ നായർക്ക് തന്റെ ഓമന പുത്രിയായ ജാനകിയെ ജോലിക്കു വിടുന്നത് ഒട്ടും ഇഷ്ടമുണ്ടായിരുന്നില്ല.

"ഓ ഇനി ഇവൾ തെണ്ടിച്ച് കൊണ്ടു വന്നിട്ടു വേണ്ടേ ഇവിടെയുള്ളവർക്ക് കഞ്ഞി വെള്ളം കുടിക്കാൻ."

അമ്മ വഴി ജാനകി അച്ഛനെ തന്റെ ആഗ്രഹം അറിയിച്ചപ്പോഴായിരുന്നു ഈ പരിഹാസം പ്രതിധ്വനിച്ചത്. പക്ഷേ, തന്റെ ആഗ്രഹത്തിൽ നിന്നും പിൻമാറാൻ ജാനകി കൂട്ടാക്കിയില്ല. ഒരു കൊച്ചു കുട്ടിയെപ്പോലെ അവൾ ശാഠ്യം പിടിച്ചപ്പോൾ, ഭാര്യ ഭാർഗവി അമ്മ നിരന്തരം സ്വൈര്യം കെടുത്തിയപ്പോൾ ഇട്ടിരാരിച്ചൻ നായർ മനമില്ലാ മനമോടെ മകളുടെ ആഗ്രഹം സാധിപ്പിച്ചു കൊടുത്തു. നാട്ടിൽ തന്നെയുള്ള സ്കൂളിൽ ഒഴിവുവന്നപ്പോൾ അവിടെ ചേർത്തു.

ജാനകിയെ കൂടാതെ മറ്റൊരു ടീച്ചർ കൂടിയെ സ്കൂളിൽ ഉണ്ടായിരുന്നു ള്ളൂ. മറ്റുള്ളവരൊക്കെ മാഷുമാരായിരുന്നു.

ദൂരദേശക്കാരനായ ഗോവിന്ദൻ നായർ ആ സ്കൂളിലെ ഒരു അദ്ധ്യാപകനായിരുന്നു. അദ്ദേഹം രണ്ട് വർഷം മുൻപാണ് അവിടെ ചേർന്നത്. സ്കൂളിനടുത്തുള്ള രാമ ഗുപ്തന്റെ ചായക്കടയുടെ മുകളിലെ കുടുസ്സായ ഒരു ഒറ്റമുറിയിലാണ് വാടകക്ക് താമസിച്ചിരുന്നത്. ഭക്ഷണം രാമ ഗുപ്തന്റെ കടയിൽ നിന്നു തന്നെയായിരുന്നു.

യുവസുന്ദരനും, തന്റേടിയുമായ ഗോവിന്ദൻ നായർ മാസ്റ്ററുടെ കോർത്തു വലിക്കുന്ന ആദ്യ നോട്ടത്തിൽ തന്നെ പത്തൊമ്പതുകാരി യായ ജാനകി ടീച്ചർ ചൂളിപ്പോയി. അയാളുടെ പ്രകാശമുറ്റ മുഖത്തേ ക്ക്, തീക്ഷ്ണമായ കണ്ണുകളിലേക്ക് വീണ്ടും ഒരിക്കൽ കൂടി തല പൊക്കി നോക്കാൻ ജാനകിക്കായില്ല. സ്വയമറിയാതെ തന്നെ അവളുടെ ചെഞ്ചുണ്ടിൽ ലജ്ജയിൽ പൊതിഞ്ഞ പുഞ്ചിരി വിരിഞ്ഞു പോയി.

അവർക്കിടയിൽ പുതിയൊരു ബന്ധം ഉടലെടുക്കുകയായിരുന്നു. പതിയെ പതിയെ അത് ചുറ്റുവട്ടത്തെല്ലാം സ്വകാര്യ വാർത്തയായി.

“അന്യനാട്ടിൽ നിന്നും വന്ന ആ ഗോവിന്ദൻ മാഷുണ്ടല്ലോ, അയാ ളുമായിട്ട് ജാനകിക്കുട്ടി ടീച്ചർക്ക് ലോഹ്യം ഉണ്ടത്രെ!”

ആളുകൾ അന്യോന്യം മൂക്കത്ത് ചൂണ്ടുവിരൽ ചേർത്ത് കഷ്ടം വെച്ച് പിറുപിറുത്തു.

“ എന്നാലും ആ പെൺകുട്ടി ഇത്രക്ക് തരം താഴ്ന്നത് ശരിയായില്ല. ഇങ്ങനൊക്കെ വിവരം ഇല്ലായ്മ കാട്ടിയാലോ. തറവാടിന്റെ മാനം പോയില്ലേ?”

സ്ത്രീകൾ തമ്മിൽ തമ്മിൽ സ്വകാര്യം പറഞ്ഞു.

“ഞാനപ്പഴേ കരുതിയതാ... ആ കുട്ട്യോരു തെറിച്ച വിത്തു തന്ന്യാ.. അല്ലെങ്കിൽ വേറെ ഏതെങ്കിലും പെൺകുട്ടി ഉദ്യോഗം ഭരിച്ച ചരിത്രം ഈ നാട്ടിലുണ്ടായിട്ടുണ്ടോ?”

അപ്പോൾ മറ്റൊരുത്തി ഏറ്റുപിടിച്ചു.

“ഞാനതല്ലാ ആലോചിക്കുന്നത്. ഇട്ടിരാരിച്ചൻ നായർ ഇതൊന്നും അറിയുന്നില്ലേ എന്നാണ്. അറിഞ്ഞാൽ പിന്നെ രണ്ടിനേം ജീവനോടെ വെച്ചേക്കില്ല. ആളുത്രക്കു ശുണ്ഠിക്കാരനാ.”

കൂനിക്കൂടി അവിടെയെത്തിയ നാരായണിത്തള്ള കാര്യം ഗ്രഹിച്ചു, തന്റെ അഭിപ്രായം തുറന്നടിച്ചു.

“ഈ കൂട്ടരൊക്കെയല്ലേ കുട്ട്യോളെ പഠിപ്പിക്കുന്നത്. ശിവ.. ശിവ..”

ഇങ്ങനെ നാട്ടു മുഴുവൻ ഈ വാർത്ത രഹസ്യമായ പരസ്യമായ പ്പോൾ ഇട്ടിരാരിച്ചൻ നായരുടെ കാതിലും അരിച്ചെത്തി. അയാൾ ദ്വേഷ്യം കൊണ്ട് കിടന്നലറി.

വൈകുന്നേരം സ്കൂളിൽ നിന്നും വന്ന മകളെ അയാൾ അടുത്ത് വിളിച്ചു. അച്ഛന്റെ കനത്ത വിളി കേട്ടപ്പോഴെ കാര്യം പന്തിയല്ലെ ന്ന് ജാനകിക്ക് തോന്നി. അവൾ അറച്ചറച്ച് അച്ഛന്റെ മുന്നിലെത്തി. ദ്വേഷ്യം കൊണ്ട് തിളക്കുകയായിരുന്ന ഇട്ടിരാരിച്ചൻ നായർ, മകൾ മുന്നിൽ വന്നതും കവിളിൽ ആഞ്ഞ് ഒരടി കൊടുത്തു. കൂടെ ഭയങ്കര മായ ഒരാജ്ഞയും.

"ടീച്ചറു പണിക്കെന്നും പറഞ്ഞ് മേലാൽ ഈ പടിപ്പുറത്തിറങ്ങി യാൽ നിന്റെ കാലു രണ്ടും ഞാൻ തല്ലിയൊടിക്കും. ഓർത്തോ."

ജാനകിയുടെ കണ്ണിൽ കൂടിയും, ചെവിയിൽ കൂടിയും പൊന്നീച്ച പാറി. അവൾ വേദനയാൽ പുളഞ്ഞു. അവൾ പൊട്ടിക്കരഞ്ഞുകൊണ്ട് റൂമിലേക്കോടി.

ഇട്ടിരാരിശ്ശൻ നായർ അരിശമടക്കാനാകാതെ പൂമുഖത്തു കൂടി തലങ്ങും വിലങ്ങും നടന്നു. മുഖം രക്തവർണ്ണമായിരുന്നു. അയാൾ എന്തെല്ലാമോ വിളിച്ചു പറഞ്ഞു കൊണ്ടിരുന്നു. ഭാർഗ്ഗവി അമ്മയും പേടിച്ചു പോയിരുന്നു.

ജാനകി ദിവസങ്ങളോളം സ്കൂളിൽ പോയില്ല. ദിവസങ്ങൾ പലതു കഴിഞ്ഞിട്ടും കവിളിലേറ്റ അച്ഛന്റെ വിരൽപാടുകൾ ചുട്ടു നീറുന്നതായി അവൾക്കു തോന്നി.

മനസ്സെന്ന നെരിപ്പോടിൽ എന്തെല്ലാമോ എരിഞ്ഞുനീറിക്കൊ ണ്ടിരുന്നു. ഗോവിന്ദേട്ടനെ (ഗോവിന്ദൻ മാഷെ അങ്ങിനെയാണവൾ വിളിക്കാറ്) പരിചയപ്പെട്ടതിനു ശേഷം ഇത്രയും നാൾ അടുപ്പിച്ച് കാണാതിരിക്കുന്നത് ആദ്യമായാണ്. ആരുതന്നെ എതിർത്താലും ഗോവിന്ദേട്ടനിൽ നിന്നും അകലാൻ തനിക്കാകില്ലെന്ന് അവൾ അനുഭവിച്ചറിഞ്ഞു.

രണ്ട്

ഇട്ടിരാരിച്ചൻ നായർ ഓർക്കുകയായിരുന്നു. മാസങ്ങൾക്കു മുൻപ് ഓമന മകൾ തന്റെ വാക്കുകളെ ധിക്കരിച്ച കാര്യം. പേരുകേട്ട നായർ തറവാട്ടിലെ സർക്കാർ ഉദ്യോഗസ്ഥനായ ഒരു ചെറുപ്പക്കാരന്റെ വീട്ടുകാരുമായി ജാനകിയുടെ വിവാഹക്കാര്യം സംസാരിച്ചു വെച്ചതാ യിരുന്നു. ഏക്കറുകണക്കിന് കൃഷിഭൂമിയുള്ള നല്ല കുടുംബ മഹിമുള്ള ആളുകളായിരുന്നു.

ഇട്ടിരാരിച്ചൻ നായർ കാര്യസ്ഥനെ വിട്ട് ഗോവിന്ദൻ നായരോട് ഈ ബന്ധത്തിൽ നിന്ന് ഒഴിയാൻ പറഞ്ഞെങ്കിലും വാശിയുടെയും ദ്വേഷ്യത്തിന്റെയും കാര്യത്തിൽ ഗോവിന്ദൻ നായർ മാസ്റ്ററും ഒട്ടും പിറകിലായിരുന്നില്ല.

ഒരു രാത്രി സ്വന്തം വീട്ടിൽ നിന്നും ഒളിച്ചോടി അവൾ ഗോവിന്ദൻ മാഷുടെ അടുത്തെത്തി. രാവിലെത്തന്നെ അവർ രജിസ്റ്റർ ആപ്പീസിൽ പോയി വിവാഹം രജിസ്റ്റർ ചെയ്തു.

സ്കൂളിനടുത്തായി ഒരു വാടക വീട് സംഘടിപ്പിച്ച് അവർ അവിടേക്ക് താമസം മാറ്റി. നാട്ടിലെ വീര പരാക്രമിയായിരുന്ന ഇട്ടിരാരിച്ചൻ നായരുടെ മകളെ കൂട്ടിക്കൊണ്ടുവന്ന് കല്യാണം കഴിച്ച് കൂടെ താമസിപ്പിക്കാൻ ധൈര്യം കാട്ടിയ ഗോവിന്ദൻ നായർ മാസ്റ്റർ ചില്ലറക്കാരനല്ലെന്ന് നാട്ടുകാർക്ക് ബോധ്യമായി.

ഇട്ടിരാരിച്ചൻ നായർ കലികയറി ഒരു ഭ്രാന്തനെപ്പോലെ വീട്ടിൽ അലറി നടന്നു. കണ്ടവരെയെല്ലാം ചീത്ത വിളിച്ചു. അപമാനവും ദ്വേഷ്യവും സങ്കടവും എല്ലാം അയാളിൽ മാറി മാറി മിന്നിത്തെളിഞ്ഞു കൊണ്ടിരുന്നു. രണ്ടിനേയും കൊന്നു കഴിച്ചു മൂടുമെന്ന് അട്ടഹസിച്ചു കൊണ്ടിരുന്നു. അടുത്ത ചില ബന്ധുക്കളും ചില കാരണവന്മാരും അയാളെ സമാധാനിപ്പിക്കാൻ ശ്രമിച്ചു.

ഏതായാലും സംഭവിക്കാനുള്ളത് സംഭവിച്ചു. എവിടെയായാലും മകൾ സുഖമായി കഴിയട്ടെ. അവൾ ഇവിടെ അടുത്തുതന്നെയുണ്ടല്ലോ. ഒന്നുമല്ലെങ്കിൽ മാഷ് നായർ കുലത്തിൽ പിറന്നയാളല്ലേ. ഊരും കുടുംബവും ഒന്നും നിശ്ചയമില്ലെങ്കിലും ജനങ്ങളെല്ലാം പറയുന്നത് ആൾ നല്ലവനും സൽസ്വഭാവിയും ആണെന്നാണ്. ഇങ്ങനെ ഓരോ രുത്തരുടെ പല വിധ അഭിപ്രായങ്ങൾ കേട്ട ഇട്ടിരാരിച്ചൻ നായർ ഒന്നടങ്ങി. പക്ഷേ, അവൾ ഇനി ഈ പടി കടന്ന് ഇങ്ങോട്ട് വരില്ലെ ന്ന് അയാളുറപ്പിച്ചു.

ദിനരാത്രങ്ങളിലൂടെ വസന്തവും ഹേമന്തവുമൊക്കെ എത്ര പെട്ടെ ന്നാണ് പൊയ്ക്കൊണ്ടിരുന്നത്. ജാനകി ഗർഭിണിയായതറിഞ്ഞ് ഗോവിന്ദൻ മാസ്റ്റർ അതീവ സന്തുഷ്ടനായി.

ഗോവിന്ദൻ മാസ്റ്റർ മാസത്തിലൊരിക്കൽ അയാളുടെ നാട്ടിലേക്ക് പോകും. അമ്മയെ കാണാനാണ്. അങ്ങിനെയിരിക്കെ ഒരു ശനിയാഴ്ച അമ്മയെ കാണാൻ പോയ ഗോവിന്ദൻ മാസ്റ്റർ പിന്നെ തിരിച്ചു വന്നില്ല. ജാനകി എന്തു വേണമെന്നറിയാതെ കുഴങ്ങി. ആരോടു ചോദിക്കും. ഗോവിന്ദേട്ടന്റെ നാടിനെപ്പറ്റി യാതൊരു വിവരവുമില്ല. അങ്ങ് തെക്ക് കൊല്ലത്തെവിടേയോ ആണെന്നാണ് പറഞ്ഞിട്ടുള്ളത്.

തന്നെ ഒരു തവണയെങ്കിലും നാട്ടിലേക്ക് കൊണ്ടു പോകണമെന്ന് ആവശ്യപ്പെട്ടതാണെങ്കിലും ഇതുവരെയും ചെയ്തില്ല.

സ്കൂൾ രജിസ്റ്റർ പ്രകാരമുള്ള മേൽവിലാസത്തിൽ പല കത്തുകൾ അയച്ചെങ്കിലും എല്ലാം ആളില്ല എന്ന കാരണം കാണിച്ച് തിരികെ വന്നു. ആളുകൾ പല കിംവദന്തികളും പറഞ്ഞു നടന്നു. മാസ്റ്റർക്ക് വേറെ ഭാര്യയും കുട്ടിയും ഉണ്ടെന്നും അവർ വിട്ടിട്ടുണ്ടാകില്ല എന്നും മറ്റും നാട്ടിൽ പ്രചരിച്ചു. പക്ഷേ, അതൊന്നും ജാനകി വിശ്വസിച്ചിരുന്നില്ല. ഗോവിന്ദേട്ടന് കാര്യമായിട്ടെന്തോ സംഭവിച്ചിട്ടുണ്ട് എന്നവൾക്ക് തോന്നി. എന്തായാലും ഒരു കാർഡെങ്കിലും എഴുതി അറിയിച്ചുകൂടെ?

വേലക്കാരി നാണിത്തള്ള മുഴുവൻ സമയവും ജാനകിക്കൊപ്പം കൂട്ടായി ഉണ്ടായിരുന്നു. ഗർഭാലസ്യവും ശരീരവേദനകളും, മാനസിക ആഘാതവും കൂടിയായപ്പോൾ അവൾ തളർന്നു പോയി. നൂറു കണക്കിന് വികൃതമുഖങ്ങൾ തന്റെ നേരെ പല്ലിളിച്ചു പരിഹസിച്ചു നൃത്തം വെക്കും പോലെ തോന്നി ജാനകിക്ക്.

ജാനകി കാരണം നേരത്തെ തന്നെ അപമാനിതനായിത്തീർന്ന ഇട്ടിരാരിച്ചൻ നായർ മകളുടെ ഈ ദാരുണ അവസ്ഥ അറിഞ്ഞ മട്ട് കാണിച്ചില്ല. പുകഞ്ഞ കൊള്ളി പുറത്ത് എന്ന സിദ്ധാന്തത്തിൽ നിന്ന് മാറാൻ അയാൾ തയ്യാറായില്ല. ഭാര്യ ഭാർഗവി അമ്മ മകളെ വീട്ടിലേക്ക് കൊണ്ടുവരാനായി വളരെയേറെ കെഞ്ചിനോക്കി. അവൾ ചെയ്ത പാപത്തിന്റെ ഫലം അവൾ തനിയെത്തന്നെ അനുഭവിക്കട്ടെ എന്നാണപ്പോൾ അയാൾ പറഞ്ഞത്. ഭാർഗവിഅമ്മയുടെ നിരന്തര മുറുമുറുപ്പ് കാരണം ഇട്ടിരാരിച്ചൻ നായർ അവരെ മകളെ പോയി കണ്ടു കൊള്ളാൻ അനുവദിച്ചു.

പത്തു മാസം തികഞ്ഞതും ജാനകി നല്ല ഒരാൺകുഞ്ഞിന് ജന്മം നല്കി. ഭാർഗവി അമ്മ അവളുടെ സഹായത്തിന് ഒരു സ്ത്രീയെ കൂടി ഏർപ്പാടാക്കി. നിത്യവും മകളെയും, പേരക്കുട്ടിയെയും കാണാൻ ഭാർഗ്ഗവി അമ്മ എത്തും.

പ്രസവാവധിക്കാലം കഴിഞ്ഞപ്പോൾ ജാനകി സ്കൂളിൽ ജോലിക്ക് പോയി തുടങ്ങി. കുഞ്ഞിനെ നാണിത്തള്ള നന്നായി നോക്കുമായിരുന്നു. ഗോവിന്ദേട്ടന് എന്ത് പറ്റി എന്നറിയാത്തതിലുള്ള വിഷമം അവളെ അലട്ടിക്കൊണ്ടിരുന്നു. അങ്ങിനെ ജാനകി തന്നെ സ്വന്തം ചിലവിൽ സ്കൂളിലെ പ്യൂണിനെയും മറ്റൊരാളെയും ഗോവിന്ദൻ നായരുടെ മേൽവിലാസത്തിൽ അന്വേഷിക്കാൻ വിട്ടു.

മൂന്ന്

അന്വേഷണം കഴിഞ്ഞു വന്നവർ പറഞ്ഞ വിവരം കേട്ടപ്പോൾ ജാനകിക്ക് സങ്കടം ഇരട്ടിക്കുകയാണുണ്ടായത്. ഗോവിന്ദേട്ടന്റെ അമ്മാവനും കുടുംബവും മാത്രമെ അവിടെയുള്ളൂ. അമ്മ അടുത്തിടെ മരിച്ചുവത്രെ. അടിപിടി കേസിൽ പോലീസ് അറസ്റ്റു ചെയ്തെന്ന് കേട്ടെന്നും എവിടെയാണെന്നറിയില്ലെന്നും ആണ് അമ്മാവൻ പറഞ്ഞതത്രെ. ആ നാട്ടിൽ മറ്റു ചിലരോട് അന്വേഷിച്ചപ്പോൾ ഗോവിന്ദേട്ടൻ ജയിൽ മോചിതനായെന്നും എവിടെ പോയെന്ന് അറിയില്ലെന്നും ആണ് പറഞ്ഞതത്രെ.

ഹെഡ്മാസ്റ്ററുടെയും മറ്റും അഭിപ്രായത്തിൽ ജാനകി പോലീസിൽ ഭർത്താവിനെ കാണാനില്ലെന്ന് കാണിച്ച് പരാതി നല്കി.

മാസങ്ങൾ വർഷങ്ങളിലൂടെ കടന്നു പൊയ്ക്കൊണ്ടിരുന്നു. ഇട്ടിരാരിച്ചൻ നായർക്ക് ഒരിക്കൽ പോലും മകളെയും പേരക്കുട്ടിയെയും കാണണമെന്ന് തോന്നിയില്ല. ഭാർഗ്ഗവി അമ്മ ഇടക്കിടെ വന്ന് പോവും.

ഒരു ദിവസം രാവിലെ ജാനകിയുടെ വാടകവീടിനു മുൻപിൽ ഒരു ടാക്സികാർ വന്നു നിന്നു. അതിൽ നിന്നും ഇറങ്ങി വരുന്ന ആളെ കണ്ട് ജാനകി ഇമവെട്ടാതെ നോക്കി നിന്നു പോയി. അവളുടെ ഗോവിന്ദേട്ടനായിരുന്നു അത്. ആൾക്ക് നല്ല മാറ്റമുണ്ടെന്ന് അവൾക്ക് തോന്നി. അടുത്തെത്തിയതും പരിസരം പോലും മറന്ന് അവൾ അയാളെ കെട്ടിപ്പിടിച്ചു കരഞ്ഞു. വർഷങ്ങളായി മനസ്സിൽ പേറി നടന്ന ഭയവും, സങ്കടവും, ദ്വേഷ്യവും എല്ലാം കണ്ണീരിലൂടെ പുറത്തേക്കൊഴുകിയപ്പോൾ അവളുടെ മനസ്സിൽ സന്തോഷം നിറഞ്ഞു.

മൂന്നു വർഷത്തിനു ശേഷം തനിക്ക് തന്റെ പ്രാണനാഥനെ തിരികെ കിട്ടിയിരിക്കുന്നു. അമ്മയുടെ അടുത്തേക്ക് ഓടി വന്ന മകനെ അയാൾ എടുത്തു. പക്ഷേ, ആളെയറിയാതെ അവൻ കുതറി മാറി. ജാനകി മകന് അച്ഛനെ പരിചയപ്പെടുത്തിയെങ്കിലും അവൻ മാറി നിന്നതെയുള്ളൂ.

ഗോവിന്ദൻ നായർ തന്റെ കഥ അവളോട് പറഞ്ഞു.

"അന്നിവിടെ നിന്ന് പോയത് അമ്മയെ കാണാനായിരുന്നല്ലോ. തറവാട് വീട്ടിൽ അമ്മാവനും കുടുംബത്തോടുമൊപ്പമായിരുന്നു അമ്മ താമസിച്ചിരുന്നത്. അമ്മാവന്റ മൂന്ന് പെൺമക്കളിൽ മൂത്ത മകളുമായി തന്റെ വിവാഹം വളരെ നേരത്തെ തന്നെ പറഞ്ഞു വെച്ചിരുന്നു. തനിക്കതിൽ തീരെ താല്പര്യമില്ലായിരുന്നു. താൻ വിവാഹിതനാണെന്നും ഭാര്യ ഗർഭിണിയാണെന്നും പറഞ്ഞപ്പോൾ അമ്മ ഞെട്ടിത്തരിച്ചു പോയി. വിവരമറിഞ്ഞ നാട്ടുപ്രമാണി കൂടിയായ അമ്മാവൻ തന്നെ

തല്ലി, വീട്ടിൽ നിന്നും ഇറക്കിവിട്ടു. കൂട്ടുകാരന്റെ വീട്ടിലേക്ക് നടന്നു പോകുമ്പോൾ നാലഞ്ചാളുകൾ വന്ന് തന്നെ തല്ലിച്ചതച്ചു. പെട്ടെന്ന വിടെയെത്തിയ പോലീസ് എന്നെ സ്റ്റേഷനിൽ കൊണ്ടുപോയി ലോക്കപ്പിലിട്ടു. താൻ വീട്ടിൽ നിന്ന് കളവ് നടത്തിയെന്ന് അമ്മാവൻ കള്ളക്കേസ് കൊടുത്തിരുന്നു.

ആറ് മാസം ജയിൽശിക്ഷ പൂർത്തിയാക്കി പുറത്തിറങ്ങിയപ്പോൾ നാട്ടിലേക്കോ, ഇങ്ങോട്ടോ വരാൻ തോന്നിയില്ല. നേരെ മദ്രാസിലേക്ക് പോയി. അവിടെ പല പണികളും ചെയതു. അവിടെ ഒരാൾ മുഖേന മലേഷ്യയിലേക്ക് കടക്കാൻ പറ്റി. ഒരു കൊല്ലമായി അവിടെ ജോലി ചെയ്യുകയാണ്. ഇപ്പോൾ ഒരു മാസത്തെ ലീവിൽ വന്നതാണ്.

പലപ്പോഴും നിന്നെ, വിവരങ്ങളെല്ലാം എഴുതി അറിയിക്കാമെന്ന് വെച്ചതാണ്. പിന്നെ, അത് വേണ്ടെന്നു കരുതും. പെട്ടെന്നൊരു നാൾ നിന്നെ അതിശയിപ്പിച്ചു കൊണ്ട് പ്രത്യക്ഷപ്പെടാം എന്നു തീരുമാനിച്ചു."

"മുത്തശ്ശീ... എന്റെ പാവക്കുട്ടിയെ കണ്ടോ?"

മകന്റെ മൂന്നു വയസ്സുകാരി വന്ന് ജാനകി അമ്മയുടെ സാരിത്തുമ്പിൽ പിടിച്ചു വലിച്ചപ്പോൾ അവർ ഓർമ്മകളിൽ നിന്ന് വിടുതൽ നേടി. അതൊക്കെ കഴിഞ്ഞ് കാലമെത്ര പോയിരിക്കുന്നു.

"മുത്തശ്ശീ" പേരക്കുട്ടി വീണ്ടും വിളിച്ചപ്പോൾ അവർ അവളെ വാരിയെടുത്ത് മടിയിൽ വെച്ചു. കുട്ടി മടിയിൽ നിന്ന് ഊർന്നിറങ്ങി വീണ്ടും തോണ്ടി വിളിച്ചു.

"മുത്തശ്ശീ... എന്റെ പാവ കാണാനില്ല."

"ഓ.. ശരി. തെരഞ്ഞു നോക്കട്ടെ."

അവർ കസേരയിൽ നിന്നും എണീറ്റ് മകന്റെ കുഞ്ഞിന്റെ പാവക്കുട്ടിയെ തെരയാൻ തുടങ്ങി.

●

(ഈ നീണ്ട കഥ 1986ൽ ബോംബേ സർവ്വദേശി മാസികയുടെ വിവിധ ലക്കങ്ങളിൽ വന്നിട്ടുണ്ട്)

ഓണപ്പൂവുകൾ വിരുന്നു വന്നപ്പോൾ

ഒന്ന്

കുളിരണിഞ്ഞ പ്രഭാതം. നേർത്ത മഞ്ഞിൻ പടലങ്ങളെ കീറിമുറിച്ച് പാഞ്ഞു വന്ന ആദിത്യകിരണങ്ങൾ മുറിക്കുള്ളിൽ വെളിച്ചം വിതറി. സുപ്രഭാതം പാടിക്കൊണ്ട് കിളികൾ ചെറിയ വൃക്ഷ ശിഖരങ്ങളിൽ ഊഞ്ഞാലാടി. അശോക് തുറന്നിട്ട ജനലിലൂടെ പുറത്തേക്ക് നോക്കി കിടന്ന് മനോഗതങ്ങളിലേക്ക് വഴുതി വീണു.

എത്ര മനോഹരമാണ് ഈ പ്രദേശം. കണ്ണിനും, കാതിനും ചേതോഹരമായ വിരുന്ന് ഒരുക്കുന്ന ശാലീന സുന്ദരിയായ ഈ വയനാടിന്റെ ഭംഗി ഒന്ന് വേറെത്തന്നെയാണ്. ഈ സ്ഥലം തന്നെ എത്രമാത്രം ആകർഷിച്ചിരിക്കുന്നുവെന്നോ. ഇവിടെ നിന്നും വിട പറയാൻ പോലും തനിക്കിപ്പോൾ കഴിയാതായിരിക്കുന്നു.

ആദ്യമായി ഇവിടെ വന്നത് ബി.എ.ക്ക് പഠിച്ചു കൊണ്ടിരിക്കുമ്പോളായിരുന്നു. മധുവിന്റെ അമ്മയെയും അച്ഛനെയും പരിചയപ്പെട്ടത് അന്നാണ്. എന്തുമാത്രം സ്നേഹപൂർവ്വമാണവർ തന്നോട് പെരുമാറിയത്. അശോകന്റെ ഏറ്റവും അടുത്ത കൂട്ടുകാരനെന്ന നിലയിൽ തനിക്ക് പരിപൂർണ്ണ സ്വാതന്ത്ര്യമുണ്ടായിരുന്നു ഇവിടെ. അതുപോലെ മധുവിന് താൻ താമസിക്കുന്ന ഇളയമ്മയുടെ വീട്ടിലും സ്വാതന്ത്ര്യമുണ്ടായിരുന്നു. പിന്നീട് പലപ്പോഴായി ഇവിടെക്ക് വന്നിട്ടുണ്ട്.

ഒറ്റപ്പാലത്തായിരുന്നു അമ്മയുടെ തറവാട്. തങ്ങളുടെ കുട്ടിക്കാലത്തു തന്നെ മാതാപിതാക്കൾ മരണപ്പെട്ടിരുന്നു. കോയമ്പത്തൂരിലേക്കുള്ള ഒരു യാത്രയിൽ കാറപകടത്തിലാണത് സംഭവിച്ചത്. പിന്നീട് തന്നേയും ചേച്ചിയേയും അമ്മയുടെ അനുജത്തി ശാന്ത ഇളയമ്മ കോഴിക്കോട്ടേക്ക് കൊണ്ടുവരികയായിരുന്നു. താനും ചേച്ചിയും പരിക്കുകളോടെ രക്ഷപ്പെടുകയായിരുന്നു. ഭയപ്പെടുത്തുന്ന ആ ഓർമ്മകൾ

ഇപ്പോഴും ഇടക്കിടെ തികട്ടിവരും. ഒറ്റപ്പാലത്ത് രണ്ട് അമ്മാവൻമാരുണ്ട്. ഇളയമ്മയുടെ മക്കളായ പ്രദീപിനും ഉമക്കുമൊപ്പം ഞങ്ങളും പഠനം തുടർന്നു. ഇളയച്ഛൻ ഒരു ബാങ്കിലെ സീനിയർ മാനേജരായിരുന്നു. അദ്ദേഹത്തിന്റെ ബാങ്കിലെ ഒരു ഓഫീസറാണ് ചേച്ചിയെ വിവാഹം കഴിച്ചത്. പ്രദീപ് എം ടെക്കിനും ഉമ ബികോമിനും പഠിക്കുന്നു.

ഡിഗ്രിക്ക് ഒരേ ക്ലാസ്സിൽ പഠിക്കുമ്പോഴാണ് താനും മധുവും ഉറ്റ ചങ്ങാതികളായത്. മധു പന്നിയങ്കരയിൽ അവന്റെ അച്ഛന്റെ തറവാട്ട് വീട്ടിൽ നിന്നാണ് പഠിച്ചിരുന്നത്. മാതാപിതാക്കൾ വയനാട്ടിൽ മാനന്തവാടിയിലാണെന്നും അളവറ്റ സമ്പത്തുള്ളവരാണെന്നും മധു ഏക മകനാണെന്നും അറിയാമായിരുന്നു. തന്റെയും മധുവിന്റെയും സൗഹൃദം ദിനംപ്രതി വളരുകയായിരുന്നു. തങ്ങൾക്കിടയിൽ രഹസ്യങ്ങളൊന്നുമില്ലായിരുന്നു. ആത്മസുഹൃത്തുക്കളായ തങ്ങളുടെ കൂട്ടുകെട്ട് മറ്റ് കൂട്ടുകാരിൽ അസൂയ പോലും ജനിപ്പിച്ചിരുന്നു.

ഈ വിശാലമായ തേയിലത്തോട്ടവും തൊട്ടുരുമ്മിക്കിടക്കുന്ന കാപ്പി, ഏലം തോട്ടങ്ങളും മധുവിന്റെ അച്ഛന്റേതായിരുന്നു. ഒന്നര വർഷം മുൻപ് അദ്ദേഹം പെട്ടെന്ന് ഹൃദയാഘാതം വന്നു മരണമടഞ്ഞു. ആ നല്ല മനുഷ്യന്റെ പെട്ടെന്നുള്ള ദേഹവിയോഗത്തിൽ തനിക്കും ദു:ഖം നിയന്ത്രിക്കാനായില്ല. അന്ന് മധുവിന് കൂട്ടായി ഏതാനും ദിവസം ഇവിടെ തങ്ങിയ ശേഷമാണ് തിരിച്ചു പോയത്. അച്ഛന്റെ മരണശേഷം മധുവാണ് എസ്റ്റേറ്റ് കാര്യങ്ങൾ നോക്കി നടത്തുന്നത്.

ആറു മാസം മുൻപാണ് ഇവിടേക്ക് വീണ്ടും വന്നത്. ജീവിതത്തിലെ ഒരു വഴിത്തിരിവായിരുന്നു ഈ വരവ്.

പഠിക്കുന്ന കാലത്തു തന്നെ എന്തെങ്കിലും എഴുതുക എന്നത് തന്റെ ഹോബിയായിരുന്നു. പത്താം ക്ലാസ്സിൽ പഠിക്കുമ്പോൾ ഒരു പ്രസിദ്ധീകരണത്തിലെ ബാലപംക്തിയിൽ തന്റെ കൊച്ചു കഥ പ്രസിദ്ധീകരിച്ചു വന്നപ്പോൾ ഉണ്ടായ ആഹ്ലാദം പറഞ്ഞറിയിക്കാൻ ആകാത്തതായിരുന്നു. കോളേജ് പഠനകാലത്ത് പല ആനുകാലികങ്ങളിലും തന്റെ സാഹിത്യസൃഷ്ടികൾ പ്രസിദ്ധീകരിച്ചിരുന്നു. പരിഹസിക്കാനും, വിമർശിക്കാനും, പ്രോൽസാഹിപ്പിക്കാനും പലരും ഉണ്ടായിരുന്നു. സത്യസന്ധമായ പ്രതികരണങ്ങളും പ്രോത്സാഹനങ്ങളുമായി മധു എന്നും കൂടെയുണ്ടായിരുന്നു. കോളേജ് മാഗസിന്റെ പത്രാധിപത്യം തനിക്കു ചുറ്റും വലിയൊരു ആരാധകവൃന്ദത്തെ തന്നെ സൃഷ്ടിച്ചു. കഥാരംഗത്തായിരുന്നു തനിക്ക് താല്പര്യം. കവിതയും വല്ലപ്പോഴും കുത്തിക്കുറിക്കുമായിരുന്നു. മധുവും താനും ചേർന്നെഴുതിയ ചില ലേഖനങ്ങളും പ്രസിദ്ധീകൃതമായിട്ടുണ്ട്.

എക്കണോമിക്സിൽ മാസ്റ്റേർസ് ബിരുദവും തങ്ങൾ ഒരുമിച്ചാണ് എടുത്തത്. പിന്നീട് മധു അച്ഛനെ ബിസിനസ്സിൽ സഹായിക്കാനിറങ്ങി. തനിക്ക് പ്രത്യേക ലക്ഷ്യങ്ങളൊന്നുമില്ലായിരുന്നു. അപ്പോഴാണ് കൊച്ചിയിലെ ഒരു പ്രസിദ്ധീകരണസ്ഥാപനത്തിൽ സഹപത്രാധിപരായി ജോലി കിട്ടിയത്.

അച്ഛന്റെ വേർപാടിനു ശേഷം ബിസിനസ്സ് കാര്യങ്ങൾ മൊത്തം നോക്കേണ്ടി വന്നപ്പോൾ മധു തന്നെ നിർബന്ധിച്ച് ഇങ്ങോട്ട് വരുത്തിയതാണ്. മധുവിന് സഹായമായി എപ്പോഴും കൂടെയുണ്ടാവണമെന്ന് അവന്റെ അമ്മയുടെ നിർബന്ധം കൂടിയായപ്പോൾ കൊച്ചിയിലെ ജോലി രാജി വെച്ച് ഇങ്ങോട്ട് പോരുകയായിരുന്നു.

ബിസിനസ് സംബന്ധമായി മധു മിക്കപ്പോഴും യാത്രയിലായിരിക്കും. ഇപ്പോൾ എസ്റ്റേറ്റുകളുടെയും തേയില ഫാക്ടറിയുടെയും ചുമതല തനിക്ക് തന്നിരിക്കയാണ്.

അടുത്തടുത്ത് വരുന്ന ബുള്ളറ്റ് ബൈക്കിന്റെ ശബ്ദം അശോകനെ ചിന്തകളിൽ നിന്നും ഉണർത്തി.

രണ്ട്

“അല്ലാ ..... സാറിനിയും പള്ളിയറയിൽ നിന്നും പുറത്തിറങ്ങിയില്ലെ ?” കോണിപ്പടികൾ കയറി വരുമ്പോൾ മധു വിളിച്ചു ചോദിച്ചു. അശോക് ബെഡ്ഡിൽ എണീച്ചിരുന്ന് വാച്ചിലേക്ക് കണ്ണോടിച്ചു. എട്ടു മണി കഴിഞ്ഞു.

റൂമിലേക്കു വന്ന മധു തുടർന്നു.

“എടോ നീയെന്തെ ഇന്നലെ രാത്രി വീട്ടിലേക്കു ചെല്ലാതിരുന്നത്. അമ്മ കല്പിച്ചിരിക്കുന്നത്, ഇന്ന് ഉച്ചക്ക് ചോറ് ഇങ്ങോട്ട് കൊടുത്തയക്കില്ലെന്നാണ്. നിന്നോട് ഉച്ചക്ക് വീട്ടിലേക്കു വരാനാണ് പറഞ്ഞിരിക്കുന്നത്.”

“സോറി, മധു. ഇന്നലെ ഒരു കഥ മുഴുവനാക്കാനിരുന്ന് നേരം വൈകി. ഞാൻ അമ്മയോട് വിവരം പറഞ്ഞിരുന്നു. നീയെത്ര മണിക്കാണെത്തിയത്.”

“പതിനൊന്നായി. പോയ കാര്യങ്ങളെല്ലാം ശരിയായി. പിന്നെയ്, ടിഫിൻ കൊണ്ടു വന്നിട്ടുണ്ട്. താഴെ മാധവൻപിള്ളച്ചേട്ടന്റെ കയ്യിൽ കൊടുത്തിട്ടുണ്ട്. ഞാൻ കല്പറ്റയിൽ പോയി വരാം. നീ കൃത്യം ഒരു മണിക്ക് വീട്ടിലെത്തിയേക്കണം. ഓ... ക്കെ...? “

“ശരി “ അശോക് സമ്മതം മൂളി. മധു വന്ന അതേ വേഗതയിൽ തന്നെ ഗോവണിയിറങ്ങിപ്പോയി. ബൈക്കിനു പകരം കാർ സ്റ്റാർട്ടാവുന്ന ശബ്ദം താഴെ നിന്ന് കേട്ടു. കട്ടിൽ തലക്കൽ തലയണ ചാരിവെച്ച് അശോക് അതിൽ ചാരി കിടന്നു. അപ്പോൾ ഓർമ്മകൾ വീണ്ടും പറന്നെത്തി.

കോടികളുടെ ഉടമയാണ് മധു. അതിന്റെ യാതൊരു തണ്ടും അവനെ തൊട്ട് തീണ്ടിയിട്ടില്ല. മാത്രമല്ല, ഒരിക്കൽ പോലും തന്റെ അഭിപ്രായങ്ങളെ മറികടന്നിട്ടില്ല. ഏതൊരു തീരുമാനമെടുക്കുമ്പോഴും തന്റെ അഭിപ്രായമാരാഞ്ഞ ശേഷമെ ചെയ്യുകയുള്ളൂ.

മധുവിന്റ അമ്മയാകട്ടെ, മറ്റൊരത്ഭുത പ്രതിഭാസമാണ്. ഒരു ദിവസം പോലും വീട്ടിൽ ചെന്നില്ലെങ്കിൽ ഫോണിലൂടെ ഉടനെ വിളി എത്തും. എസ്റ്റേറ്റിന് പുറത്ത് കുന്നിൻ താഴെ കവലയിലാണ് വീട്. വീടല്ല, വലിയൊരു ബംഗ്ലാവ് ആണ്. കാറിൽ അഞ്ചു മിനുട്ട് കൊണ്ട് എത്താം. കുറെ ജോലിക്കാരാണ് കൂട്ട്. പിന്നെ, കണ്ടാൽ തന്നെ ഭയം തോന്നിക്കുന്ന രണ്ട് അൽസേഷൻ നായകളും.

ബന്ധുക്കൾ ആരെങ്കിലും ഒക്കെ ഇടക്ക് ഉണ്ടാവാറുണ്ട്. മധുവാണെങ്കിൽ വീട്ടിലുള്ള സമയം തന്നെ കുറവാണ്. താൻ അവർക്ക് മറ്റൊരു മകനാണെന്ന് എപ്പോഴും പറയും. തനിക്കും അവർ സ്വന്തം അമ്മ തന്നെയാണ്. തനിക്ക് അഞ്ച് വയസ്സുള്ളപ്പോഴായിരുന്നല്ലോ അച്ഛനുമമ്മയും മരണത്തിന് കീഴടങ്ങിയത്. അമ്മക്കു ശേഷം ഇളയമ്മയായിരുന്നു ഇക്കാലമത്രയും അമ്മയുടെ റോളിൽ.

ഇപ്പോളിതാ തനിക്ക് മറ്റൊരമ്മയെ ലഭിച്ചിരിക്കുന്നു. തന്റെ ഓരോ ചെറിയ കാര്യങ്ങളിലും അതീവ ശ്രദ്ധ കാണിക്കുന്ന സ്നേഹസമ്പന്നയായ ഒരമ്മ. മറ്റ് രണ്ട് അമ്മമാരേക്കാൾ പതിന്മടങ്ങ് സ്നേഹം തരുന്ന കളങ്കമില്ലാത്ത മനസ്സുള്ള അമ്മ. മധുവും അമ്മയും അവരോടൊപ്പം ബംഗ്ലാവിൽ താമസിക്കാൻ ഒരുപാട് നിർബന്ധിച്ചതാണ്. പക്ഷേ, എസ്റ്റേറ്റിലെ ഈ ഏകാന്തതയിൽ എഴുത്തുപരിപാടി കൂടി ഒപ്പം ചെയ്യാമെന്നതിനാലാണ് ഈ അതിഥിമന്ദിരത്തിൽ താമസം തുടങ്ങിയത്. മൂന്നു നേരവും ഭക്ഷണ സമയത്ത് കൃത്യമായി വീട്ടിലെത്തിക്കൊള്ളണമെന്നായിരുന്നു നിബന്ധന. ആദ്യത്തെ ഒരാഴ്ച അത് കൃത്യമായി പാലിച്ചു. പിന്നെ, പിന്നെ ജോലിത്തിരക്കു കാരണം സമയം തെറ്റാൻ തുടങ്ങി. അങ്ങിനെയാണ് അമ്മ ഭക്ഷണം ജോലിക്കാരുടെ കയ്യിൽ ഇങ്ങോട്ടെത്തിക്കാൻ തുടങ്ങിയത്.

ഈ അതിഥി മന്ദിരം തന്നെ ചെറിയൊരു ബംഗ്ലാവാണ്. അതിഥികൾക്കു വേണ്ടി നിർമ്മിച്ചതാണ്. ഇപ്പോൾ തന്റെ സാമ്രാജ്യമാണിത്.

മധു ഒരിക്കൽ പറയുകയുണ്ടായി.

"എടോ അശോകാ തനിക്കെഴുതാൻ ഇതിലും സൗകര്യപ്രദമായ ഒരു സ്ഥലം വേറെയുണ്ടാകില്ല. ഇവിടെ യാതൊരു വിധ ശല്യവും ഉണ്ടാകില്ല. ഈ ബാൽക്കണിയിൽ പ്രകൃതി ഭംഗി ആസ്വദിച്ച് ഇളം തെന്നലിന്റെ തലോടലേറ്റ് എഴുതാനിരുന്നാൽ നിന്റെ സൃഷ്ടികൾക്ക് പൂർവ്വാധികം മിഴിവ് കിട്ടും."

മധു പറഞ്ഞത് ശരിയാണ്. തനിക്ക് പറ്റിയ സ്ഥലം തന്നെ യാണിത്. കുന്നിൻ മുകളിൽ നിന്നും ചായച്ചെടികൾക്കിടയിലൂടെ അതിഥിമന്ദിരത്തിന് പുറകിലൂടെ ഒഴുകുന്ന ചെറിയ കാട്ടരുവിയുണ്ട്. തെളിനീരൊഴുകുന്ന അതിന്റെ കരയിലിരുന്ന് നീന്തിക്കളിക്കുന്ന പരൽ മീനുകളെ നോക്കിയിരിക്കാൻ നല്ല രസമാണ്. ഇളം വെയിലും കൊച്ചു കുരുവികളുടെ കളകൂജനങ്ങളും കൂട്ടിനുണ്ടാകും.

സമയം ഒമ്പതായെന്ന് ക്ലോക്ക് വിളിച്ചു പറഞ്ഞു. മാധവൻ പിള്ളച്ചേട്ടൻ ഇപ്പോൾ ചായയുണ്ടാക്കി വിളിക്കും. ഒമ്പതു മണിക്കേ വിളിക്കാവൂ എന്ന് അയാളെ പറഞ്ഞ് ഏൽപ്പിച്ചിരുന്നു. ഈ ബംഗ്ലാ വിന്റെ സൂക്ഷിപ്പുകാരനാണയാൾ. തന്റെ കാര്യങ്ങളെല്ലാം ഇവിടെ നോക്കുന്നത് അയാളാണ്. ഈ ബംഗ്ലാവിനു ചുറ്റുമുള്ള മനോഹരമായ പൂന്തോട്ടം അയാളുടെ അദ്ധ്വാനഫലമാണ്. വളരെ വർഷങ്ങളായി അയാളിവിടെ വേലക്കാരനായി കൂടിയിട്ട്. കുടുംബക്കാർ ആരുമില്ലെ ന്നാണ് പറഞ്ഞത്.

പ്രഭാതകൃത്യങ്ങളെല്ലാം കഴിഞ്ഞ് ഡ്രസ്സ് ചെയ്ത് അശോകൻ താഴെ ഡൈനിംഗ് ഹാളിലെത്തി. മധു വശം അമ്മ കൊടുത്തയച്ച ചൂടാറാത്ത ഇഡ്ഡലിയും, ചട്ണിയും മാധവൻപിള്ളച്ചേട്ടന്റെ ഉഗ്രൻ ചായയും കഴിച്ചു. പ്രാതൽ കുശാലായി.

അശോക് ഓഫീസിലേക്ക് നടന്നു. അതിഥി മന്ദിരത്തിൽ നിന്നും മുന്നൂറ് മീറ്റർ അകലെയാണ് ഓഫീസ് കെട്ടിടം. അതിനും കുറച്ചപ്പുറ ത്താണ് തേയില ഫാക്ടറി.

"ഗുഡ് മോണിംഗ് സാർ."

ഗെയ്റ്റ് കീപ്പർ മുതൽ മാനെജർ വരെയുള്ളവരെല്ലാം അശോകിനെ കണ്ട് അഭിവാദ്യം ചെയ്തു. ഓഫീസ് സ്റ്റാഫിനും ഫാക്ടറി വർക്കേർ സിനും അശോക് സാറാണ്. തോട്ടം തൊഴിലാളികൾക്കെല്ലാം മധു വിനെപ്പോലെ അശോകും കൊച്ചുമുതലാളിയാണ്. രണ്ടു പേരും ഒരേ കാബിനിലാണ് ഇരിക്കുന്നത് പോലും. ജോലിയെല്ലാം പെട്ടെന്ന് തീർത്ത് മാനെജർക്ക് വേണ്ട നിർദ്ദേശങ്ങൾ നല്കി അശോക് ബൈക്കിൽ മധുവിന്റെ ബംഗ്ലാവിലേക്ക് പോയി.

ബൈക്കിന്റെ ശബ്ദം കേട്ടപ്പോൾ തന്നെ അമ്മ പുറത്തേക്ക് വന്നു. ചുണ്ടിൽ നിറഞ്ഞ ചിരിയും സ്നേഹാന്വേഷണവുമായി അവർ എതിരേറ്റു. അവരുടെ തോളിലൂടെ കയ്യിട്ട് തമാശ പറഞ്ഞ് ഉള്ളിലേക്ക് നടന്നു. തനിക്കിവർ എത്ര മാത്രം സ്വന്തമാണെന്ന് അത്ഭുതത്തോടെ ഓർക്കുകയും ചെയ്തു.

വിസിറ്റിംങ്ങ് റൂമിൽ ആദ്യം ദൃഷ്ടിയിൽ പെടുക മധുവിന്റെ അച്ഛന്റെ വലിയൊരു ഛായാചിത്രമാണ്. ഗാംഭീര്യം മുറ്റി നിൽക്കുന്ന ഭാവം. ഒരു കോർണറിലായി ഇട്ടിരിക്കുന്ന മേശപ്പുറത്ത് ഈയിടെയായി വെച്ച ഒരു ഫോട്ടോ കാണാം. അമ്മക്ക് ഇരുവശങ്ങളിലുമായി മധുവും താനും നിൽക്കുന്ന ഒരു ഫോട്ടോ. അമ്മയുടെ കൈകൾ തങ്ങളെ അണച്ചു പിടിച്ചിരിക്കുന്നു.

മധുവിന്റെ അമ്മക്ക് അമ്പത്തെട്ട് വയസ്സ് പ്രായമായി. ഐശ്വര്യമുള്ള നല്ലൊരു തറവാട്ടമ്മയുടെ പ്രതാപം അവരിൽ പ്രതിഫലിക്കുന്നത് കാണാം. തലനാരിഴകളിൽ അങ്ങിങ്ങ് നര പൂശി തുടങ്ങിയിരിക്കുന്നു. നെറ്റിയിൽ ചന്ദനക്കുറിയണിഞ്ഞ ശുഭ്ര വസ്ത്രധാരിണിയായ അമ്മയെ കാണാൻ തന്നെ എന്തൊരു ചേലാണ്.

കഴിഞ്ഞ ജന്മം ഇവരായിരുന്നോ തന്റെ അമ്മ, ഒരമ്മയുടെ സ്നേഹം ശരിക്കും അറിയുന്നത് ഇപ്പോളാണ്. ഇളയമ്മയിൽ നിന്നും സ്നേഹക്കുറവൊന്നും ഉണ്ടായിട്ടില്ല. എന്നാൽപ്പോലും ഇവരിൽ നിന്നും ലഭിക്കുന്ന സ്നേഹത്തിന് എന്തോ പ്രത്യേകതയുണ്ട്. സവിശേഷമായ മാധുര്യമുണ്ട്. താനെത്രയോ ഭാഗ്യവാനാണെന്ന് അശോക് ഓർത്തു.

ഉടനെത്തന്നെ മധുവും എത്തി. മൂന്നു പേരും ഒരുമിച്ചിരുന്ന് ഭക്ഷണം കഴിച്ചു. ഊണ് കഴിക്കുന്നതിനിടയിൽ അമ്മ പറഞ്ഞു.

" അടുത്തയാഴ്ച കണ്ണൂരുനിന്നും പ്രഭാകര മാമയും കുടുംബവും വരുന്നുണ്ട്. കുറച്ചു ദിവസം ഇവിടെയുണ്ടാകും എന്നാണ് പറഞ്ഞത്."

മധുവിന്റെ അമ്മാമയെ താൻ മുൻപ് കണ്ടിട്ടുണ്ടെന്ന് അശോകോർത്തു. നല്ല ഒരു മനുഷ്യൻ. കണ്ണൂരിൽ ഒരു കമ്പനിയിൽ മാനെജരാണ്. ഊൺ കഴിഞ്ഞ ഉടനെ രണ്ടു പേരും ഓഫീസിലേക്ക് പോയി.

മൂന്ന്

"എടോ അശോകേ, തന്റെ പുതിയ നോവൽ എവിടം വരെയെത്തി?"

മധു ഹാളിലേക്ക് കയറുന്നതിനിടയിൽ ആരാഞ്ഞു.

"തയ്യാറായിക്കഴിഞ്ഞു. മിനുക്കുപണിയിലാണിപ്പോൾ. ആ വാരികക്കാർ നിത്യവും ഫോൺ ചെയ്ത് സ്വൈരം തരാതായി." അശോകൻ

മറുപടി നല്കി.

"നിന്റെ കഴിഞ്ഞ നോവലിന് നല്ല റിവ്യൂസ് ആണല്ലോ കിട്ടിക്കൊണ്ടിരുന്നത്. അപ്പോൾ ഇതും മോശമാവില്ല എന്ന് കരുതുന്നു. "

"ങ്ഹാ അങ്ങിനെ കരുതാം. ഏതായാലും ഇന്ന് ഇതിന്റെ പണി മുഴുവനും തീർത്തെ മറ്റു കാര്യമുള്ളൂ."

"ആ അതൊക്കെ കൊള്ളാം. പക്ഷേ, നാലു മണിക്ക് അമ്മാവൻ വരും. അപ്പോഴേക്ക് തടി ശ്രദ്ധമാക്കണം. ഞാൻ ഓഫീസിലുണ്ടാകും. നീ അങ്ങോട്ട് വാ"

അതും പറഞ്ഞ് മധു ഓഫീസിലേക്ക് നടന്നു.

അശോക് തിരക്കേറിയ ഒരു നോവലിസ്റ്റായി മാറിക്കൊണ്ടിരിക്കുകയാണ്. നാലു നോവലുകൾ പ്രസിദ്ധീകരിച്ചു കഴിഞ്ഞു. വായനക്കാരിൽ നിന്ന് പ്രതീക്ഷിച്ചതിലേറെ നല്ല അഭിപ്രായമാണ് കിട്ടിക്കൊണ്ടിരിക്കുന്നത്. അതുകൊണ്ട് തന്നെ പ്രസിദ്ധീകരണക്കാർ അശോകിനെ തേടിയെത്താൻ തുടങ്ങിയിരുന്നു.

നോവൽ കവറിലാക്കി മേൽവിലാസമെഴുതി മാധവൻപിള്ളച്ചേട്ടനോട് അയക്കാൻ ഏർപ്പാടാക്കി അശോക് ഓഫീസിലേക്ക് നടന്നു. കുറച്ചു നേരം മധുവിനോടൊപ്പം ചില ഫയലുകൾ നോക്കിയ ശേഷം അവർ ഒരുമിച്ച് വീട്ടിലേക്ക് പോയി.

ഞായറാഴ്ച സായാഹ്നം. അശോകൻ പുതിയൊരു നോവലിനെക്കുറിച്ചുള്ള ആലോചനയിലായിരുന്നു. താഴെ കാറിന്റെ ശബ്ദം കേട്ടപ്പോൾ അങ്ങോട്ട്

ഇറങ്ങിച്ചെന്നു. കാറിൽ നിന്നും മധുവും പ്രഭാകരമാമയും ഇറങ്ങി. അവർക്കു പിറകെ അമ്മ, ശോഭ അമ്മായി, മകൾ മമത എന്നിവരും ഇറങ്ങി. അശോകനെ കണ്ടപ്പോൾ അമ്മായി തമാശയെന്നോണം പറഞ്ഞു.

"ഞങ്ങൾ അശോകന്റെ വീടൊക്കെ ഒന്നു കാണാമെന്ന് കരുതി ഇറങ്ങിയതാ."

അശോക് വെറുതെ ചിരിച്ചതേയുള്ളൂ. മാധവൻ പിള്ള തയ്യാറാക്കിയ ചായ കുടിച്ച ശേഷം എല്ലാവരും കൂടി ഫാക്ടറിയും എസ്റ്റേറ്റുമൊക്കെ നടന്നു കണ്ടു. മധുവിന്റെ അമ്മ അച്ഛനോടൊപ്പം മുൻപൊക്കെ ഇവിടെ വരാറുണ്ടായിരുന്നുവത്രെ. ചുറ്റി നടന്ന് അരുവിക്കരയിലെത്തിയപ്പോൾ മധു പറഞ്ഞു.

"നമ്മുടെ നോവലിസ്റ്റ് ഇടക്കിടെ ഇവിടെ വന്ന് ധ്യാനമിരിക്കാറുണ്ട്. പുതിയ കഥകൾക്കുള്ള തീം തേടി."

അപ്പോൾ മമതയുടെ ചുണ്ടിൽ മൃദുമന്ദഹാസം വിടർന്നു. തന്റെ മനച്ചെപ്പിൽ ഇരുന്നു പുഞ്ചിരിക്കുന്ന അശോക് എന്ന സാഹിത്യകാരനെ നേരിൽ കണ്ടതിൽ. അവളുടെ മനം എന്തിനെന്നറിയാതെ തുടിച്ചു.

"അദ്ദേഹത്തിന്റെ രചനകളെല്ലാം വായിക്കാറുണ്ട്. മനസ്സിൽ തറക്കുന്ന കഥകളാണൊക്കെയും. ആൾ മധുവേട്ടന്റെ ഉറ്റ കൂട്ടുകാരനാണെന്ന് അറിയാമായിരുന്നു. കക്ഷി സ്വല്പം ഗൗരവക്കാരനാണെന്ന് തോന്നുന്നു. അധികം സംസാരിക്കുന്നത് കാണുന്നില്ല. മധുവേട്ടനാണെങ്കിൽ നേരെ മറിച്ചും. എപ്പോഴും എന്തെങ്കിലുമൊക്കെ പറഞ്ഞു കൊണ്ടിരിക്കും."

"മമത എന്താ നോവലിസ്റ്റിനെപ്പോലെ അരുവിക്കരയിൽ തപസ്സു ചെയ്യുന്നത്."

മധുവിന്റെ കളിയാക്കൽ ഉയർന്നു കേട്ടപ്പോൾ മമത മനോവിചാരങ്ങളിൽ നിന്നും വിടുതൽ നേടി എല്ലാവർക്കുമൊപ്പം നടന്നെത്തി. കുറച്ചു നേരം കഴിഞ്ഞപ്പോൾ അവരെല്ലാം പോയി.

മറ്റൊരു ദിവസം ഉച്ചക്ക് ഊൺ കഴിച്ച ശേഷം അശോക് റൂമിൽ ഇരുന്ന് എഴുതുകയായിരുന്നു.

"സാറെ അകത്തേക്ക് പ്രവേശനമുണ്ടോ?"

തിരക്കിട്ട് എഴുതുകയായിരുന്ന അശോക് ശബ്ദം കേട്ട് വാതിൽക്കലേക്ക് നോക്കി. അയാളൽഭുതപ്പെട്ടു.

"മമത !" അയാളുടെ ചുണ്ടുകൾ ശബ്ദമില്ലാതെ ഉച്ചരിച്ചു.

"സാറെന്താ മിഴിച്ചു നോക്കുന്നത്. ചോദിച്ചത് കേട്ടില്ലേ?"

"കേട്ടു. പക്ഷേ, ഇത് പുരുഷന്മാർ മാത്രം താമസിക്കുന്ന റൂമാണ്. ഇവിടേക്ക് യുവതികൾക്ക് പ്രവേശനം നിഷേധിച്ചിരിക്കയാണ്."

അശോകൻ പ്രത്യേക ഭാവത്തോടെ പറഞ്ഞു.

"ഏതായാലും ഞാൻ പുരുഷന്മാരുടെ റൂമിൽ കയറാമെന്നു വെച്ചു തന്നെയാണ് വന്നത്."

അതും പറഞ്ഞ് ചിരിച്ചു കൊണ്ട് അവൾ അയാൾക്കരികിലെത്തി. അപ്പോഴും അശോക്

അൽഭുതം വിട്ടുമാറാതെ അവളെത്തന്നെ

നോക്കിയിരിക്കയായിരുന്നു.

"മമത തനിച്ചാണോ വന്നത്"

"അതെ, എന്തെ എനിക്ക് തനിച്ചു വരാൻ പറ്റില്ലെ?"

അവൾ കളി പറയുകയാണെന്നയാൾക്ക് മനസ്സിലായി. അവൾ വീണ്ടും തുടർന്നു.

"ഞാൻ വന്നത് മധുവേട്ടന്റെ കൂടെയാണ്. ഓഫീസിൽ ആ സാറിന്റെ അടുത്തിരുന്ന് ബോറടിച്ചപ്പോൾ തോന്നി ഈ സാറിനേം ഒന്ന് കണ്ടു കളയാമെന്ന്."

"ഒ.കെ. കണ്ടു കഴിഞ്ഞില്ലേ. ഇനി വേഗം സ്ഥലം വിട്ടോ"

അശോക് കളിയായിത്തന്നെ മറുപടി കൊടുത്തു.

"അങ്ങിനെയങ്ങ് ഓടിപ്പോകാനല്ല ഞാൻ വന്നത്."

അവൾ ഗൗരവത്തോടെ പറഞ്ഞു.

"പിന്നെ. ഇവിടെ കേറിയങ്ങ് താമസിച്ചുകളയാമെന്ന് കരുതിയോ?"

"വേണ്ടി വന്നാലതും ചെയ്യും"

മമത വീറോടെ പറഞ്ഞപ്പോൾ അശോകൻ പരുക്കൻ സ്വരത്തിൽ പറഞ്ഞു.

" കൊള്ളാമല്ലോ? ആ വേല കയ്യിൽ വെച്ചാൽ മതി."

ഓ എന്ന് മൊഴിഞ്ഞു കൊണ്ട് അവൾ അയാളെഴുതിക്കൊണ്ടിരുന്ന പുസ്തകത്തിലേക്ക് നോക്കി.

" ഇത് ഏത് നോവലാ.. " അവളുടെ ചോദ്യത്തിന് അയാൾ ഒന്നും പറഞ്ഞില്ല. അയാൾ താനെഴുതിയ പേജിലേക്കു തന്നെ നോക്കിക്കൊണ്ടിരുന്നപ്പോൾ അവൾ അനുനയത്തിൽ ചോദിച്ചു.

" അശോകേട്ടാ നമുക്ക് പുറത്തൊക്കെ ഒന്നു ചുറ്റിക്കറങ്ങി വരാം. എന്താ.. "

"സോറി, മാഡം. എനിക്കിപ്പോൾ തീരെ സമയമില്ല. മധുവിനെ വിളിച്ച് കറങ്ങിക്കൊള്ളൂ. "

ആ സമയത്ത് മധു വരുന്ന ശബ്ദം കേട്ട് അശോകൻ വിളിച്ചു പറഞ്ഞു.

"മധൂ, മമതക്ക് കറങ്ങി നടക്കണമത്രെ. ഒന്ന് വിളിച്ചു കൊണ്ട് പോകാമോ?"

അത് കേട്ടപ്പോൾ അവൾക്ക് ദ്വേഷ്യം വന്നു. അശോകന് നേരെ കൊഞ്ഞനം കാട്ടി എന്തോ പിറുപിറുത്തുകൊണ്ട് അവൾ മധുവിന് അടുത്തേക്ക് പോയി.

നാല്

എസ്റ്റേറ്റിലെ അരുവിക്കരയിലെ പരന്ന ഒരു പാറയിൽ ചിന്തകളിലൂടെ സഞ്ചരിച്ച് ഇരിക്കയായിരുന്ന അശോക്. ചുറ്റും സായാഹ്നം തണൽ വിരിച്ചിരിക്കുന്നു.

"മധു കോഴിക്കോട് പോയിരിക്കയാണ്. മടക്കത്തിൽ തന്റെ വീട്ടിലും കയറിയിട്ടേ വരൂ എന്നാണ് പറഞ്ഞത്. മധുവിനെ കാണുമ്പോൾ ഉമയുടെ മിഴികൾ വിടരും. അവൾ മധുവിനെ സ്നേഹിക്കുന്നില്ലേ എന്നൊരു സംശയം തോന്നിത്തുടങ്ങിയിരിക്കുന്നു. എന്നാൽ അത് വളരാൻ അനുവദിച്ചുകൂടാ. മുളയിലേ നുള്ളിക്കളയേണ്ടിയിരിക്കുന്നു. മധുവിന് ഉമയോട് അത്തരമൊരു മനോഭാവമല്ല ഉള്ളത് എന്ന് തനിക്കറിയാം. സ്വന്തം സഹോദരിയെപ്പോലെയാണവൻ കരുതുന്നത്. അതു മാത്രമല്ല, മധു മറ്റൊരു കാര്യം സൂചിപ്പിക്ക കൂടി ചെയ്തപ്പോഴാണ് ഉമയെ അവളുടെ മോഹത്തിൽ നിന്നും പിൻതിരിപ്പിക്കണമെന്ന് തീരുമാനിച്ചത്.

മമത മധുവിന്റെ മുറപ്പെണ്ണാണ്. അവർ തമ്മിലുള്ള വിവാഹം നടത്താനുള്ള തീരുമാനവും ആയിക്കഴിഞ്ഞു. അടുത്തയാഴ്ച വീട്ടിൽ പോകുമ്പോൾ ഉമയെ കാര്യങ്ങൾ പറഞ്ഞ് മനസ്സിലാക്കണം.

പിറകിൽ പാദസരത്തിന്റെ ശബ്ദം കേട്ടപ്പോൾ അശോക് തിരിഞ്ഞു നോക്കി. മമത അങ്ങോട്ട് കയറി വരികയാണ്. പെട്ടെന്ന് അശോകിന്റെ മനസ്സിലേക്ക് അസ്വസ്ഥത നുഴഞ്ഞു കയറി. തന്നോടുള്ള ഇവളുടെ പെരുമാറ്റത്തിൽ ചില ദുസ്സൂചനകളില്ലേ എന്നയാൾ സംശയിച്ചു. എത്ര പെട്ടെന്നാണിവൾ തന്നോട് അടുത്തത്. ആളൊരു വായാടിയാണ്. മധുവിന് ചേർന്നവൾ തന്നെ.

"ഹേയ്, സാഹിത്യകാരാ തപസ്സാണോ ?"

അവൾ കിതച്ചു കൊണ്ട് തൊട്ടരികിൽ എത്തിക്കഴിഞ്ഞിരുന്നു.

"ഇതിലും ഉയരമുള്ള പാറ കണ്ടില്ലേ, തപസ്സിരിക്കാൻ. ഹോ ഞാൻ എന്തുമാത്രം പ്രയാസപ്പെട്ടാണെന്നോ കയറി വന്നത്."

"നന്നായിപ്പോയി.

എങ്ങിനെയാണ് വന്നത്?"

അശോകൻ പാറയിൽ നിന്നും എണീച്ചു കൊണ്ട് ചോദിച്ചു.

"അച്ഛനോടൊപ്പം കാറിൽ.

അശോകേട്ടാ ഇരിക്കൂ. എന്തേ എഴുന്നേറ്റത്.."

"നമുക്ക് അച്ഛന്റെ അടുത്തേക്ക് പോകാം."

അശോക് നടന്നു തുടങ്ങിയിരുന്നു. നിവർത്തിയില്ലാതെ മുറു മുറുത്തു കൊണ്ട് അവളും പിറകെ നടന്നു. അശോക് കുറച്ചു നേരം പ്രഭാകര മാമയുമായി ഓരോരോ കാര്യങ്ങൾ സംസാരിച്ചുകൊണ്ടിരുന്നു. മമത പിണങ്ങിയ മുഖഭാവത്തോടെ മുറുത്തു കൂടെ അങ്ങോട്ടു മിങ്ങോട്ടും നടന്നു.

പിറ്റേന്ന് മമതയും മാതാപിതാക്കളും മംഗലാപുരത്തേക്ക് തിരിച്ചു പോയി. കൂടെ അശോകും കോഴിക്കോട് വരെ പോയി. വീട്ടിൽ കയറി ഇളയമ്മയെയും ഇളയച്ഛനെയും കണ്ടശേഷം അവർ മംഗലാപുരത്തേക്ക് പോയി.

അശോകൻ ഈയിടെയായി വീട്ടിലേക്ക് വരവ് കുറവാണെന്ന് ഇളയമ്മയും ഉമയും പരിഭവം പറഞ്ഞു. ജോലിത്തിരക്കുകളാലാണെന്ന സത്യം പറഞ്ഞെങ്കിലും അവർക്കത് സ്വീകാര്യമല്ലായിരുന്നു. സാഹചര്യം ലഭിച്ചപ്പോൾ അശോക് ഉമയെ മധുവിന്റെ കാര്യങ്ങൾ ഗ്രഹിപ്പിച്ചു. മധുവും മമതയും തമ്മിലുള്ള വിവാഹം തീരുമാനിച്ചിരിക്കയാണെന്നും, മധു ഉമയെ സ്വന്തം സോദരിയെപ്പോലെയാണ് കാണുന്നതെന്നും പറഞ്ഞപ്പോൾ അവളുടെ മുഖം വാടുന്നത് കണ്ടു.

"മധുവേട്ടൻ എനിക്കും ജ്യേഷ്ഠൻ തന്നെയാണ്."

അവൾ അങ്ങിനെ പറഞ്ഞ് അശോകന്റെ അരികിൽ നിന്നും പോയി. ഉമ സങ്കടപ്പെടുന്നത് കാണാൻ എന്നും അയാൾക്കാകില്ലായിരുന്നു. ഉമ എന്ന കൊച്ചു പെങ്ങൾ എന്നും അയാളുടെ ദൗർബ്ബല്യമാണ്. സ്വന്തം ചേച്ചിയേക്കാൾ അയാൾക്ക് പ്രിയം ഇളയമ്മയുടെ മകൾ ഉമയെ ആയിരുന്നു. അതേപോലെ ചേച്ചിക്ക് പ്രിയം ഇളയമ്മയുടെ മകൻ പ്രദീപിനെയായിരുന്നു. പിറ്റേന്ന് അശോകൻ ചേച്ചിയുടെ വീട്ടിലും കയറിയ ശേഷമാണ് എസ്റ്റേറ്റിലേക്ക് മടങ്ങിയത്.

ദിവസങ്ങൾ നീങ്ങിക്കൊണ്ടിരുന്നു. മധുവിന്റെയും അമ്മയുടെയും നിർബന്ധപ്രകാരം അശോക് താമസം അവരോടൊപ്പം ബംഗ്ലാവിലേക്കു മാറ്റി.

ഒരു ദിവസം ഊൺ കഴിക്കുന്നതിനിടയിൽ മധു ഒരു കാര്യം പറഞ്ഞു. ഒരു പ്രസിദ്ധീകരണ കമ്പനി തുടങ്ങുക. അശോകിനും അതിഷ്ടപ്പെട്ടു. സകുടുംബം വായിക്കാവുന്ന നല്ലൊരു വാരിക ആരംഭിക്കുക, വിവിധ എഴുത്തുകാരുടെ പുസ്തകങ്ങൾ പ്രസിദ്ധീകരിക്കുക എന്നീ ലക്ഷ്യങ്ങളോടെ ഒരു കമ്പനി തുടങ്ങുക. ഉടമസ്ഥാവകാശവും നടത്തേണ്ട ചുമതലയും പരിപൂർണ്ണമായും അശോകിനായിരിക്കും. ഉടമസ്ഥാവകാശം അശോകന് ഏറ്റെടുക്കാനാകില്ലെന്ന് പറഞ്ഞപ്പോൾ മധുവിനും അശോകനും തുല്യ ഷെയറോടെ തുടങ്ങാമെന്ന് ധാരണയായി.

പിന്നീടങ്ങോട്ട് പുതിയ കമ്പനിയുടെ പ്രവർത്തനങ്ങളായിരുന്നു. ഓണത്തിന് വാരികയുടെ ആദ്യ ലക്കം പുറത്തിറക്കുക എന്ന ലക്ഷ്യത്തോടെ കാര്യങ്ങൾ ഉഷാറാക്കി. അമ്മയുടെ താല്പര്യപ്രകാരം വാരികക്ക് "മമത" എന്ന് നാമകരണം ചെയ്തു. ക്ഷണിക്കപ്പെട്ട വിപുലമായൊരു സദസ്സിനു മുൻപിൽ ഓണത്തിന് വാരിക പുറത്തിറക്കി. വേണ്ടത്ര പ്രചാരണം നല്കിയതിനാലും അറിയപ്പെടുന്ന എഴുത്തുകാരനായ അശോകന്റെ പത്രാധിപത്യത്തിൽ ആയതിനാലും വാരിക ഉയരങ്ങളിലേക്ക് കുതിച്ചു കൊണ്ടിരുന്നു. വാരിക ഉൽഘാടനത്തിന് മമതയും അച്ഛനമ്മയും വന്നിരുന്നു.

മധുവിന്റെ വ്യവസായം വളർന്നുകൊണ്ടിരുന്നു. സിമന്റ് കമ്പി തുടങ്ങിയവയുടെ ഡീലർഷിപ്പ് ആയിടെ തുടങ്ങിയിരുന്നു. അമ്മയുടെയും മധുവിന്റെയും നിർബന്ധപ്രകാരം കമ്പനികളിൽ അശോകനും ഒരു ഷെയർ നൽകി. അശോകനതിൽ തീരെ താല്പര്യമില്ലായിരുന്നു. പക്ഷേ, അമ്മയെയും മധുവിനെയും എതിർക്കാൻ അശോകിനാകില്ലായിരുന്നു.

ഒരു ദിവസം രാത്രി പതിവുപോലെ വീട്ടിൽ അശോകും, മധുവും, അമ്മയും വർത്തമാനം പറഞ്ഞ് ഇരിക്കയായിരുന്നു. മിക്ക ദിവസവും അത്താഴത്തിന് മുൻപുള്ള ഈ ചർച്ചയിൽ അന്നന്നത്തെ സംഭവങ്ങളും മറ്റു വിഷയങ്ങളും ഉൾപ്പെടും. സംഭാഷണമധ്യേ അമ്മ പറഞ്ഞു.

"നിങ്ങളുടെ രണ്ട് പേരുടേയും കല്യാണം കൂടി കഴിഞ്ഞു കിട്ടിയാലെ അമ്മക്ക് തൃപ്തിയാകൂ. മധുവിന് മമതയെ അവന്റെ അച്ഛനുള്ളപ്പോൾ തന്നെ പറഞ്ഞു വെച്ചതാണ്. അശോകന്റെ കാര്യമാണിനി. നല്ലൊരു കുട്ടിയെ കൂടി കിട്ടിയാൽ രണ്ടു പേരുടെയും വിവാഹം ഒരുമിച്ചു നടത്താമായിരുന്നു. അശോകന്റെ ഇളയമ്മയോട് ഇക്കാര്യം സംസാരിക്കുന്നുണ്ട്."

അമ്മയുടെ അഭിപ്രായത്തെ മധു തമാശയിൽ പിൻതാങ്ങി.

"അമ്മെ, ഞാനെപ്പോഴെ കല്യാണത്തിന് റെഡിയാണ്. പക്ഷേ, ഇവനൊരു പെണ്ണിനെ കൂടി കിട്ടണ്ടെ?"

സത്യം പറഞ്ഞാൽ അശോകൻ ഇതുവരെ അങ്ങിനെയൊരു കാര്യത്തെക്കുറിച്ച് ചിന്തിച്ചിട്ടെ ഇല്ലായിരുന്നു. പെൺകുട്ടികളെക്കുറിച്ചും പ്രേമത്തെക്കുറിച്ചും മധുരസ്വപ്നങ്ങളെക്കുറിച്ചും എല്ലാം കഥകളിലൂടെ എഴുതിയിട്ടുണ്ടെങ്കിലും തന്റെ ജീവിതത്തിലേക്ക് വരാൻ പോകുന്ന പെൺകുട്ടി എങ്ങിനെയാകണമെന്നതിനെകുറിച്ച് അയാൾ ഇതുവരെ ആലോചിച്ചിട്ടില്ല.

അഞ്ച്

അശോക് കോഴിക്കോട് ഇളയമ്മയുടെ അടുത്ത് പോയപ്പോൾ അവർ ഉമക്ക് ആയിടെ വന്ന ഒരു വിവാഹ ആലോചനയെക്കുറിച്ച് പറഞ്ഞു. കേന്ദ്ര സർക്കാർ സ്ഥാപനത്തിൽ ഓഫീസറായ സതീഷ് എന്ന നല്ലൊരു ചെറുപ്പക്കാരൻ. ഇപ്പോൾ വിവാഹം വേണ്ടെന്നായിരുന്നു ഉമയുടെ ആദ്യ പ്രതികരണം. അശോകന്റെ കൂടി സമ്മർദ്ദത്തിൽ അവൾ സമ്മതിക്കുകയായിരുന്നു. അങ്ങിനെ ആ വിവാഹം ഗംഭീരമായി നടന്നു.

മധുവും അശോകും ബിസിനസ്സ് കാര്യങ്ങളിൽ വ്യാപൃതരായി ദിനരാത്രങ്ങൾ കടന്നു പോയി. ഇരട്ടപെറ്റ സഹോദരങ്ങളെപ്പോലെ, വിട്ടുപിരിയാനാകാത്ത കൂട്ടുകാരെപ്പോലെ അവർ രണ്ടു പേരും മധുവിന്റെ അമ്മയോടൊപ്പം സ്നേഹൈക്യത്തോടെ കഴിഞ്ഞു പോന്നു.

മധുവിന്റേയും, അശോകന്റെയും വിവാഹം ഒരുമിച്ച് നടത്തണമെന്ന അമ്മയുടെ ആഗ്രഹം സാധിക്കാതെ വന്നു. ജാതക പൊരുത്തത്തോടെ നല്ലൊരു കുട്ടിയെ ലഭിക്കാത്തതിനാലും അശോകന്റെ പരിപൂർണ്ണ സമ്മതം ഇല്ലാത്തതിനാലും മധുവിന്റെ വിവാഹം മാത്രം നടത്താമെന്ന് തീരുമാനിച്ചു.

ദിവസങ്ങളോളം മധുവിന്റെ വിവാഹത്തിന്റെ തിരക്കിലായിരുന്നു ഭാനുമതി അമ്മ. അങ്ങിനെ, മധുവിന്റെയും മമതയുടെയും വിവാഹം വളരെ ആർഭാടപൂർവ്വം നടന്നു. ഒരുപാട് വി.ഐ.പികൾ ചടങ്ങിൽ പങ്കെടുത്തു. മുതലാളിയുടെ വിവാഹമായി ജീവനക്കാർക്കും തൊഴിലാളികൾക്കും പാരിതോഷികങ്ങൾ വിതരണം ചെയ്തു.

അണിഞ്ഞൊരുങ്ങി വന്ന മമത അപ്സരസ്സിനെ പോൽ ശോഭിച്ചു. ആ സൗന്ദര്യം അതിഥികളേവരുടെയും മനം കവരുമെന്നതിൽ തർക്കമില്ല. അമ്മയുടെ മിഴികളിൽ സന്തോഷാശ്രുക്കൾ തുളുമ്പി. അശോകൻ അതിഥികൾക്കിടയിൽ ഓടിനടന്നു സുഖാന്വേഷണങ്ങൾ നടത്തി.

കല്യാണം കഴിഞ്ഞ് രണ്ടാം നാൾ മധുവും മമതയും കാറിൽ കണ്ണൂരിലേക്ക് യാത്ര തിരിച്ചു. അവർ വയനാട് ചുരമിറങ്ങുകയായിരുന്നു. പെട്ടെന്ന് അവരുടെ നേർക്കു വന്ന ലോറിയെ ഇടിക്കാതിരിക്കാൻ കാർ വെട്ടിച്ചപ്പോൾ നിയന്ത്രണം വിട്ട് തെന്നി കൊക്കയിലേക്ക് പതിച്ചു. രണ്ട് പേരെയും ഗുരുതരാവസ്ഥയിൽ ആശുപത്രിയിൽ പ്രവേശിപ്പിച്ചു. വിവരമറിഞ്ഞ അശോകൻ അമ്മയെയും കൂട്ടി ആശുപത്രിയിൽ എത്തി. ഇളയച്ഛനും കൂട്ടരും അവിടെയുണ്ടായിരുന്നു. മധുവിനും, മമതക്കും അടിയന്തിര ശസ്ത്രക്രിയകൾ ചെയ്തെങ്കിലും മധുവിന്റെ നില

വളരെ ക്രിട്ടിക്കലായി തുടർന്നു. കണ്ണൂർ നിന്ന് പ്രഭാകര മാമയും ശോഭ അമ്മായിയും എത്തി.

മൂന്നാം നാൾ എല്ലാവരെയും ദു:ഖത്തിലാക്കി മധു ഈ ലോകത്തോട് വിട പറഞ്ഞു. ഭാനുമതിയമ്മ ദിവസങ്ങളോളം അബോധാവസ്ഥയിൽ തളർന്നു കിടന്നു. മമതയുടെ പരുക്കുകൾ ഒരു വിധം ഭേദമായപ്പോൾ പ്രഭാകരൻ അവളെ കണ്ണൂരിലേക്ക് കൂടെ കൊണ്ടു പോയി.

ഏതാനും ദിവസം മുൻപ് ആഹ്ലാദം മുറ്റി നിന്ന ബംഗ്ലാവ് ഇന്ന് ശോകമൂകമായിരിക്കുന്നു. ബംഗ്ലാവിൽ ഭാനുമതി അമ്മയും അശോകനും ഏതാനും ജോലിക്കാരും മാത്രമായി. അശോകന്റെ ഇളയമ്മ കുറച്ചു ദിവസം അമ്മയോടൊപ്പം ഉണ്ടായിരുന്നു. അമ്മ മരവിച്ച മനസ്സുമായി കിടപ്പു തന്നെയാണ്. നിർവികാരയായി നിസ്സംഗഭാവത്തിൽ ക്ഷീണിതയായി കിടപ്പു തുടർന്നു. സഹായത്തിന് ഒരു സ്ത്രീ ഒപ്പം തന്നെയുണ്ട്. ഡോക്ടർമാർ ഇടക്കിടെ വന്ന് നോക്കിയ ശേഷം മരുന്നുകൾ കൊടുക്കുന്നുണ്ട്.

തൊഴിലാളികളുടെയും ജീവനക്കാരുടെയും മുഖം ദു:ഖഭാരത്താൽ വെറുങ്ങലിച്ചിരുന്നു. പലർക്കും ഇപ്പോഴും സങ്കടം നിയന്ത്രിക്കാനാവുന്നില്ല. മധു എല്ലാവർക്കും അത്രക്കു പ്രിയപ്പെട്ടവനായിരുന്നു. തൊഴിലാളികളിൽ പലർക്കും കുട്ടിക്കാലം മുതലെ മധുവിനെ അറിയാമായിരുന്നു. മമത വന്നു കയറിയതും മധു നഷ്ടമായതും തമ്മിൽ എന്തോ പൊരുത്തക്കേടുണ്ടെന്ന് തൊഴിലാളികൾക്കിടയിൽ സംസാരമുണ്ടായിരുന്നു.

അശോകന് തന്റെ ശക്തി മുഴുവനും ചോർന്നു പോയതുപോലെയുള്ള അനുഭവമായിരുന്നു. തന്റെ പ്രാണന്റെ പാതി തന്നെയാണ് നിനച്ചിരിക്കാത്ത നേരത്ത് നഷ്ടപ്പെട്ടു പോയിരിക്കുന്നത് എന്നോർക്കുമ്പോൾ അയാളിൽ വിതുമ്പലുകൾ മൊട്ടിടും. അമ്മയുടെ കിടപ്പു കൂടി കാണുമ്പോൾ ദുഃഖം ഇരട്ടിക്കും. പെട്ടെന്ന് തലക്ക് ഉലക്ക കൊണ്ട് തല്ലു കിട്ടിയ അനുഭവമായിരുന്നു. വലിയൊരു ബിസിനസ്സ് സാമ്രാജ്യം അവിചാരിതമായി എങ്ങിനെ കൈകാര്യം ചെയ്യുമെന്നറിയാതെ അയാൾ വിഷമിച്ചു. ഇനി മുമ്പോട്ടുള്ള പ്രയാണം എന്തായിരിക്കുമെന്നോർത്ത് അയാൾ ഭയപ്പെട്ടു. മനസ്സ് ഒന്നിലും ഉറച്ചു നിൽക്കാതായി.

ആറ്

ദിനരാത്രങ്ങൾ വളരെ പതിയെയാണ് നീങ്ങുന്നതെന്ന് അശോകന് തോന്നി. ബംഗ്ലാവിൽ യാതൊരു വിധ ഒച്ചയനക്കങ്ങളും ഇല്ല. ജോലിക്കാരുടെ ശബ്ദം പോലും കേൾക്കില്ല. കഥകളിലും നോവലുകളിലും എത്രയോ ഹൃദയഭേദകമായ രംഗങ്ങൾ അയാൾ ചിത്രീകരിച്ചിട്ടുണ്ട്. പക്ഷേ, സ്വന്തം ജീവിതത്തിൽ അത്തരമൊരു സംഭവം നടന്നപ്പോൾ കാലിടറിപ്പോയി.

മധുവിന്റെ അമ്മ ജീവച്ഛവം കണക്കെ ഇരിപ്പാണ്. അവരെ കണ്ടാൽ ഒരു പത്ത് വയസ്സെങ്കിലും കൂടിയ പോലെയുണ്ട്. ഡോക്ടറുടെയും മറ്റുള്ളവരുടെയും നിരന്തര ശുശ്രൂഷ കൊണ്ട് അവരുടെ മാനസിക നില കുറച്ച് ഭേദപ്പെട്ടിരുന്നു. എങ്കിലും ആ മിഴികൾ എപ്പോഴും നിറഞ്ഞൊഴുകുകയായിരുന്നു. അശോകൻ എപ്പോഴും അവരുടെ അടുത്തു തന്നെ വേണമെന്നവർ നിർബന്ധം പിടിച്ചു. ശാന്ത ഇളയമ്മ ഇടക്ക് വന്ന് കുറച്ചു ദിവസം നിന്ന് പോകും.

മമതയുടെ ശാരീരിക ആരോഗ്യം ശരിയായെങ്കിലും മാനസികമായി അവൾ തകർന്നു പോയിരുന്നു. എന്തൊരു ദുർവിധിയാണ് തന്റേതെന്ന് ഓർത്ത് അവൾ വിതുമ്പി. ഭാനുമതി വലിയമ്മയുടെ കാര്യം ഓർത്തും അവൾ സങ്കടപ്പെട്ടു. അച്ഛൻ ഇടക്കെപ്പോഴോ അശോകേട്ടനെ വിളിച്ച് കാര്യങ്ങൾ തിരക്കിയിരുന്നു എന്നവൾ അറിഞ്ഞിരുന്നു.

എത്ര ഉല്ലാസപൂർണ്ണമായ ഒരു ജീവിതമായിരുന്നു. എത്ര പെട്ടെന്നാണത് ശിഥിലമായത്. സൗഹൃദവും സാഹോദര്യവും കൂടി ഇടകലർന്ന ഒരു പ്രത്യേകതരം ബന്ധമായിരുന്നു തങ്ങളുടേതെന്ന് അശോകനോർത്തു. തങ്ങൾ തമ്മിൽ ഒരിക്കൽ പോലും വാക്കുതർക്കമുണ്ടായിട്ടില്ലെന്ന് അയാളോർത്തു. താനാകട്ടെ പറിച്ചെറിയാനാകാത്ത വിധം ഈ കുടുംബത്തോട് ഇഴുകിച്ചേർന്നു പോയിരിക്കുന്നു. ഈ വേരുകൾ ഇനി തനിക്ക് പിഴുതെറിയാനാകില്ല. രക്തബന്ധമില്ലെങ്കിലും അമ്മയെ തനിക്ക് ഒരിക്കലും പിരിയാനാകില്ല എന്നത് പരമാർത്ഥമാണ്.

സ്നേഹനിധിയായ വാത്സല്യനിധിയായ ഒരു ദേവതയാണവർ. തന്നെ അടുത്ത് പിടിച്ചിരുത്തി തഴുകുമ്പോഴും താലോലിക്കുമ്പോഴും പൊട്ടിക്കരയുമ്പോഴും അനശ്വരമായ ആ മാതൃസ്നേഹം അളവറ്റതാണെന്ന് ഓർമ്മപ്പെടുത്തുന്നു. മധു ഉണ്ടായിരുന്നപ്പോൾ പോലും പലപ്പോഴും അവർ തന്റെ കാര്യങ്ങളിൽ കൂടുതൽ പരിലാളന കാട്ടുമായിരുന്നു. അപ്പോൾ മധു, അമ്മയുടെ മകൻ ഞാനോ അതോ

അശോകോ എന്ന് ചോദിച്ച് അമ്മയെ ഏഷണി എടുക്കുമായിരുന്നു. ഇനിയങ്ങോട്ട് താൻ ഏകനായി ഈ വ്യവസായ സാമ്രാജ്യത്തെ കൊണ്ടു നടത്തേണ്ടിയിരിക്കുന്നു. പ്രതാപം ഒട്ടും കുറയാതെ മുന്നോട്ട് കൊണ്ടു പോകുക എന്നത് ഒരു വെല്ലുവിളി തന്നെയാണ്.

അശോകൻ കമ്പനിയിൽ ഏതാനും മാനെജർമാരെ നിയമിച്ച് തന്റെ ജോലി ഭാരം കുറെ കുറച്ചു. മാസങ്ങൾ നീങ്ങി വർഷങ്ങളിലേക്ക് കടന്നു. മധുവിന്റെ മരണശേഷം പ്രഭാകരൻ മാമ ഒരിക്കൽ മാത്രമാണ് അമ്മയെ കാണാൻ വന്നതെന്ന് അശോകനോർത്തു. അന്ന് അമ്മ മാനസികമായി തകർന്ന സമയമായിരുന്നു. ഇപ്പോൾ അമ്മയ്ക്ക് കുറച്ചു മാറ്റം വന്നിട്ടുണ്ട്. താൻ ഇടക്ക് മാമനുമായി സംസാരിക്കാറുണ്ടെങ്കിലും എന്തോ ഒരകൽച്ച അനുഭവപ്പെടാറുണ്ട്. അമ്മ വിളിച്ചാലും അമ്മാമ അധികം സംസാരിക്കാറില്ല. പക്ഷേ, മമതയാണ് അമ്മയോട് കൂടുതൽ സംസാരിക്കാറുള്ളത്. അത് അമ്മക്ക് വളരെ ആശ്വാസമായിരുന്നു.

അമ്മ അവരെ പലവട്ടമായി ക്ഷണിക്കുന്നു. പക്ഷേ പ്രഭാകര മാമനും കുടുംബവും വരികയുണ്ടായില്ല.

ഒരു ദിവസം ഭാനുമതി അമ്മയും അശോകനും കാറിൽ കണ്ണൂരിലേക്കൊരു യാത്ര പുറപ്പെട്ടു. രാവിലെ പുറപ്പെടുമ്പോഴെ അവരെ വിളിച്ചറിയിച്ചു. ഉച്ചയോടെ കണ്ണൂരിലെത്തി. എല്ലാവർക്കും ആ കൂടിക്കാഴ്ച ഒരാവേശമായിരുന്നു. പ്രത്യേകിച്ച് മമതക്ക്. ഒന്നര വർഷത്തെ ഇടവേളക്കുശേഷമാണ് എല്ലാവരും തമ്മിൽ കാണുന്നത്. തമ്മിൽ ത്തമ്മിൽ സങ്കടങ്ങൾ പറഞ്ഞും പരിഭവങ്ങൾ പറഞ്ഞും കരഞ്ഞും അവർക്കിടയിലുണ്ടായിരുന്ന അൽപരസം മാറിക്കിട്ടി.

പിറ്റേന്ന് വളരെയേറെ സന്തോഷത്തോടെയാണ് അമ്മ അശോകനോടൊപ്പം മടങ്ങിയത്. വൈകാതെത്തന്നെ പ്രഭാകരൻ മാമയും കുടുംബവും കുറച്ചു ദിവസം അമ്മയോടൊപ്പം വന്നു താമസിക്കാമെന്നേറ്റു. അമ്മയുടെ സന്തോഷ ഭാവം കണ്ടപ്പോൾ അശോകനും മനസ്സിനൊരു ലാഘവത്വം അനുഭവപ്പെട്ടു.

ഏഴ്

അന്ന് അശോകൻ വീട്ടിലെത്താൻ നന്നേ വൈകിപ്പോയി. ബിസിനസ് ആവശ്യാർത്ഥം മലപ്പുറത്ത് പോയതായിരുന്നു. അവിടെ നിന്ന് ഇറങ്ങാൻ തന്നെ വളരെ വൈകി. രാത്രി പതിനൊന്ന് കഴിഞ്ഞിരുന്നു ബംഗ്ലാവിലെത്തുമ്പോൾ. ഭാനുമതിയമ്മ ഉറങ്ങാതെ കാത്തിരിപ്പുണ്ടായിരുന്നു. എവിടെപ്പോയാലും ഒരു വിധം നിവൃത്തിയുണ്ടെങ്കിൽ

അശോക് അതേ ദിവസം തന്നെ വീടെത്തും. പരിചാരികയുണ്ടങ്കിലും അമ്മയെ ഒറ്റക്കാക്കി പോകാൻ അശോകിന് കഴിയില്ലായിരുന്നു. മധുവിന്റെ വേർപാടിനു ശേഷം അശോക് ദൂരെ പോകുന്നതു തന്നെ അമ്മക്ക് ഇഷ്ടമുള്ള കാര്യമായിരുന്നില്ല.

അശോക് വന്ന ഉടനെ അമ്മ ഒരു വിശേഷ വാർത്തയുമായാണ് എതിരേറ്റത്.

"അശോകുട്ടാ മമ മോളുടെ ഫോണുണ്ടായിരുന്നു. നാളെ അവർ ഇങ്ങോട്ട് വരുന്നു എന്ന്."

അമ്മയുടെ ശബ്ദത്തിൽ സന്തോഷം മുറ്റി നിന്നിരുന്നു. മമതയെ അമ്മക്കത്ര മാത്രം ഇഷ്ടമാണ്. എനിക്കൊരു മകൾ ഇല്ലാത്ത കുറവ് നികത്താൻ മമമോളെ ഉള്ളൂ എന്ന് പണ്ടൊക്കെ അമ്മ ഇടക്കിടെ പറയുമായിരുന്നു. കണ്ണൂരിൽ പോയി വന്നതിനു ശേഷം അമ്മയിൽ പ്രകടമായ മാറ്റം സംഭവിച്ചിരുന്നു. പഴയ ഉൽസാഹവതിയായ അമ്മയിലേക്ക് അടുത്തു കൊണ്ടിരിക്കുകയാണെന്ന് അശോകനു തോന്നിയിരുന്നു.

അശോക് കുളി കഴിഞ്ഞ് വന്നപ്പോഴേക്ക് അടുക്കളക്കാരി ഭക്ഷണ സാധനങ്ങളെല്ലാം ഊൺമേശയിൽ നിരത്തിയിരുന്നു. അമ്മ ചോറും കറികളും വിളമ്പിക്കൊടുത്തു. അത് അമ്മക്കു തന്നെ ചെയ്യണമെന്ന് നിർബന്ധമാണ്. അശോക് കഴിച്ചു തുടങ്ങിയെ അവർ ഇരിക്കൂ.

പലപ്പോഴും സംസാരവിഷയമായിട്ടുള്ള ഒരു പ്രശ്നം അമ്മ അന്ന് വീണ്ടും എടുത്തിട്ടു.

"മോനെ, എന്തായി ഒരു കുട്ടിയെ കൊണ്ടുവരേണ്ട കാര്യം?"

"കുട്ടിയോ?" അശോക് കാര്യമറിയാത്ത മട്ടിൽ ആരാഞ്ഞു.

"പോ മോനെ. കളി നിർത്തി കാര്യത്തിലേക്കു വാ. നിന്റെ കല്യാണക്കാര്യമാ ഞാൻ പറയുന്നത്."

അമ്മ സീരിയസ്സായി.

"അതിനുള്ള സമയമൊന്നും ആയിട്ടില്ല അമ്മെ."

"എന്നു പറഞ്ഞാൽ പറ്റില്ലല്ലോ. ഞാൻ നാളെത്തന്നെ കോഴിക്കോട്ടേക്ക് ഇളയമ്മക്കു ഫോൺ ചെയ്യുന്നുണ്ട്. അവരുടെ കൂടി അഭിപ്രായമറിയണമല്ലോ."

"അമ്മ ധൃതി വെക്കേണ്ട. എല്ലാം നമുക്ക് ആലോചിക്കാം. എന്താ പോരെ."

അശോക് വഴുതി മാറാൻ ശ്രമിക്കുകയായിരുന്നു. പക്ഷേ. അമ്മ വിടാനുള്ള ഭാവമില്ലായിരുന്നു.

"ആലോചിക്കാം എന്ന് നീ പറയാൻ തുടങ്ങിയിട്ട് കാലം കുറെയായി. ഇനിയും നീ ഓരോന്നു പറഞ്ഞ് ഒഴിയേണ്ട."

"ശരി. അമ്മക്കു നിർബന്ധമാണെങ്കിൽ അമ്മ തന്നെ ഒരു പെൺകുട്ടിയെ കണ്ടു പിടിച്ചോളൂ. ആ കുട്ടിയെ ഞാനങ്ങു കെട്ടിക്കളയാം. എന്താ- പോരെ."

"ശരി. മോൻ സമ്മതിച്ചല്ലോ. ഇനി വാക്കു മാറരുത്."

അങ്ങിനെ ആ കാര്യത്തിൽ ഒരു തീരുമാനമായി.

പിറ്റേന്ന് രാവിലെ അശോക് ഓഫീസിൽ പോയി. കൃത്യം ഒരു മണി ആയപ്പോൾ അമ്മയുടെ ഫോൺ വന്നു.

അമ്മാമനും കുടുംബവും എത്തി എന്നും ഉടനെ വരണമെന്നുമായിരുന്നു ഫോൺ സന്ദേശം. അശോക് ഉടനെ വീട്ടിലേക്ക് തിരിച്ചു. കുശലപ്രശ്നങ്ങൾക്കു ശേഷം എല്ലാവരും ഒരുമിച്ച് ഇരുന്ന് ഊൺ കഴിച്ചു.

മധു ഉണ്ടായിരുന്നെങ്കിൽ എന്തെങ്കിലുമൊക്കെ പറയുമായിരുന്നു. ആരും അധികമൊന്നും സംസാരിച്ചില്ല. എതിരെ ഇരിക്കുന്ന മമതയിൽ പലപ്പോഴും അശോകിന്റെ മിഴികൾ ചെന്നു കൊണ്ടു. ഇടക്കിടെ ആ മാൻമിഴികളും അശോകിലേക്ക് നീണ്ടുചെന്നു. എന്നാൽ അവരു രണ്ടു പേരുമറിയാതെ മറ്റൊരാൾ അവരെ ശ്രദ്ധിക്കുന്നുണ്ടായിരുന്നു. അത് അമ്മയായിരുന്നു.

അങ്കിളും കുടുംബവും വന്നിട്ട് രണ്ട് ദിവസം കഴിഞ്ഞു. ബംഗ്ലാവിൽ ചെറിയ ഒച്ചയനക്കങ്ങളൊക്കെ ഉണ്ടായിത്തുടങ്ങി എന്ന് അശോകിനു തോന്നി. അശോക് പതിവുപോലെ ഓഫീസിലേക്ക് ഇറങ്ങാൻ തുടങ്ങുകയായിരുന്നു. റൂമിലേക്കു വന്ന അമ്മ ശബ്ദം താഴ്ത്തി പറഞ്ഞു.

"മോനോട് അമ്മ ഒരു കാര്യം ചോദിച്ചോട്ടെ."

"അമ്മക്ക് ഈ മകനോട് എന്തു വേണമെങ്കിലും ചോദിക്കാമല്ലോ. ഒരു മുഖവുരയുടെ ആവശ്യമുണ്ടോ? അമ്മക്ക് ചോദിക്കാൻ മാത്രമല്ല എന്തും ആവശ്യപ്പെടാനും ഉള്ള അധികാരമുണ്ട്."

അശോക് അമ്മയുടെ ചുമലുകളിൽ പിടിച്ചു കൊണ്ട് പുഞ്ചിരിയോടെ പറഞ്ഞു.

"കാര്യം മറ്റൊന്നുമല്ല. മോന് മമമോളെ ഇഷ്ടമാണോ എന്നറിയണം."

അമ്മയിൽ നിന്നും പൊടുന്നനെ അത്തരമൊരു ചോദ്യമുണ്ടായപ്പോൾ അശോക് അമ്പരന്നു.

"ഇതെന്താണമ്മേ ഇപ്പോൾ ഇങ്ങനെയൊരു ചോദ്യം. "

"ഞാൻ ചോദിച്ചതിനുള്ള ഉത്തരം താ." അമ്മയുടെ ചുണ്ടിൽ നേരിയ പുഞ്ചിരി വിരിഞ്ഞിരുന്നു.

"അവളെ ആർക്കാണ് ഇഷ്ടമാകാതിരിക്കുക." അങ്ങിനെയാണ് അശോക് മറുപടി പറഞ്ഞത്.

"അത്രയും അറിഞ്ഞാൽ മതി. ബാക്കി കാര്യങ്ങൾ അമ്മ നോക്കിക്കോളാം."

"അതല്ലമ്മേ, മമതക്ക് ചിലപ്പോൾ ഇഷ്ടമാകില്ല."

"അതോർത്ത് മോൻ വിഷമിക്കേണ്ട. അവൾക്ക് എപ്പോഴെ നിന്നെ ഇഷ്ടമായിക്കഴിഞ്ഞിരിക്കുന്നു. എന്റെ ആഗ്രഹം മോളെ മറ്റെവിടെക്കും പറഞ്ഞയക്കരുതെന്നാണ്. മധുവിനൊപ്പം ആകെ രണ്ടു ദിവസമാണവൾ ഇവിടെ കഴിഞ്ഞത്. എന്തു ചെയ്യാം ദൈവം അവന് ആയുസ്സ് കൊടുത്തില്ല. ഇനി നീയും മമമോളും കൂടി സുഖമായി കഴിയുന്നത് കണ്ടാൽ മതി അമ്മക്ക്. ഞാനിന്നു തന്നെ പ്രഭാകരനോടും ശാന്തഇളയമ്മയോടും സംസാരിക്കുന്നുണ്ട്."

അതു പറഞ്ഞ ശേഷം അമ്മ മുറിക്ക് പുറത്തേക്ക് പോയി. അശോക് ഓഫീസിലേക്കും. അന്നു തന്നെ ഭാനുമതിയമ്മ അശോക് - മമത വിവാഹക്കാര്യം പ്രഭാകരനുമായും കോഴിക്കോട്ടുള്ള ശാന്തയുമായും സംസാരിച്ചു തീരുമാനമാക്കി. ഇളയമ്മക്കു യാതൊരു സമ്മതക്കുറവും ഉണ്ടായില്ല. അശോകന്റെ ഇഷ്ടമാണ് പ്രധാനം. പക്ഷേ, പ്രഭാകര മാമക്കു വലിയ താല്പര്യമില്ലായിരുന്നു. ഭാനുമതി അമ്മയുടെ നിർബന്ധവും മമതയുടെ താല്പര്യവും കാരണം അദ്ദേഹം സമ്മതം നൽകുകയായിരുന്നു.

രാത്രി ഭക്ഷണം കഴിക്കുമ്പോൾ മമതയിൽ ലജ്ജ നിഴലിച്ചിരുന്നു. അശോകനെ അവൾ കൺകോണുകളിലൂടെ നോക്കുന്നുണ്ടായിരുന്നു. ആ രാത്രി ബംഗ്ലാവിന്റെ വ്യത്യസ്ത റൂമുകളിൽ അശോകും മമതയും ഉറക്കമില്ലാതെ വിവിധ ചിന്തകളിലാണ്ടുപോയി.

മമത ഓർക്കുകയായിരുന്നു. ശരിക്കും മധുവേട്ടനേക്കാൾ താൻ ആഗ്രഹിച്ചത് അശോകേട്ടനെയായിരുന്നില്ലേ. മധുവേട്ടനുമായുള്ള കല്യാണത്തിന് മുൻപ് അശോകേട്ടനുമായി അടുക്കാൻ താൻ ശ്രമിച്ചതാണ്. പക്ഷേ. അശോകേട്ടൻ വഴുതി മാറുകയായിരുന്നു. തന്റെ ഇഷ്ടപ്പെട്ട കഥാകാരൻ ഭർത്താവായി വരുന്നത് സ്വപ്നം കണ്ടതുമാണ്. എന്തായാലും തന്റെ ആഗ്രഹം ദൈവം സാധിച്ചു തന്നിരിക്കുന്നു. വലിയമ്മ അശോകേട്ടനെ ഇഷ്ടമല്ലെ എന്ന് ചോദിച്ചപ്പോൾ ഉണ്ടായ ഉൽസാഹം പറഞ്ഞറിയിക്കാൻ വയ്യ. ആവേശത്താൽ വലിയമ്മയെ കെട്ടിപ്പിടിച്ച് ആ കവിളിൽ ഉമ്മ വെക്കുകയാണ് ചെയ്തത്. എങ്കിലും

അശോകേട്ടന് തന്നെ സ്വീകരിക്കാൻ മടി കാണുമോ എന്നായിരുന്നു പേടി. അശോകേട്ടന് ഇഷ്ടമാണെന്ന് വലിയമ്മ പറഞ്ഞപ്പോൾ സമാധാനമായി.

ഈ സമയം അശോക് മമതയെക്കുറിച്ചും ആലോചിക്കുകയായിരുന്നു. മമത വളരെ സുന്ദരിയാണ്. മുൻപ് അവൾ തന്നോട് അടുക്കാൻ ശ്രമിച്ചതുമാണ്. മധുവിന്റെ പ്രതിശ്രുത വധുവാണെന്നറിഞ്ഞ് താനൊഴിഞ്ഞു മാറിയതായിരുന്നു.

ആ രാത്രിയുടെ അന്ത്യയാമങ്ങളിലെപ്പോഴോ ആണ് രണ്ടു പേരും ഉറങ്ങിയത്.

കർക്കിടകം കഴിഞ്ഞപ്പോൾ പൊന്നോണത്തിന്റെ വരവറിയിച്ച് എങ്ങും പൂക്കൾ പുഞ്ചിരി തൂകി തലയാട്ടി നിന്നു. ഓണത്തിരക്കിനിടയിൽ ഒരു ദിവസം വളരെ ലളിതമായി അശോകും മമതയും തമ്മിലുള്ള വിവാഹം നടന്നു. ഓണപ്പൂവുകൾ വിരുന്നു വരുന്ന ആ നാളുകളിൽ മമതയുടെ ചുണ്ടിൽ പൂനിലാവ് ഉദിച്ചു നിന്നിരുന്നു. ഭാനുമതി അമ്മയുടെ സ്നേഹാർദ്രമായ മിഴികളിൽ ചാരിതാർത്ഥ്യത്തിന്റെ മുത്തുകൾ തിളങ്ങി നിന്നു.

●

ഓർമ്മകളിലൂടെ...

ഒരു നാൽപത് വർഷങ്ങൾ പുറകിലേക്ക് പോകാം. ആയിരത്തിതൊള്ളായിരത്തി എഴുപതുകളുടെ അവസാന വർഷങ്ങൾ. പാലക്കാട് ജില്ലയിൽ ഒറ്റപ്പാലം താലൂക്കിൽ ശ്രീകൃഷ്ണപുരത്തിനടുത്തായിരുന്നു വീട്. വീട്ടിലെ സ്ഥിതി സാമ്പത്തികമായി വളരെ പിന്നോക്കാവസ്ഥയിലായിരുന്നു. പത്താം ക്ലാസ്സിനു ശേഷം ഞാൻ ടൈപ്പ്റൈറ്റിംഗ് ഷോർട്ട് ഹാന്റ് പഠിക്കുകയായിരുന്നു. അച്ഛൻ കോട്ടപ്പുറം ഇ.ഡി. പോസ്റ്റ് മാസ്റ്ററാണ്. കുറച്ച് നെൽകൃഷിയും ഉണ്ട്. അച്ഛൻ, അമ്മ, അഞ്ച് മക്കൾ, മുത്തശ്ശൻ, മുത്തശ്ശി, അമ്മാമ ഇത്രയും പേർ വീട്ടിലുണ്ട്.

ഞാൻ സ്റ്റെനോഗ്രാഫി പഠനത്തോടൊപ്പം പരിയാനമ്പറ്റ ക്ഷേത്രത്തിൽ അമ്മാവനോടൊപ്പം താൽക്കാലികമായി അറ്റൻഡർ ജോലിയും ചെയ്യുമായിരുന്നു. മാസം എഴുപത് രൂപയോ മറ്റോ ആയിരുന്നു ശമ്പളം എന്നാണോർമ്മ. അന്നത്തെ ക്ഷേത്രം മാനേജർ നാരായണൻ നായരോട് വളരെയേറെ കടപ്പെട്ടിരിക്കുന്നു. നാട്ടുകാർക്ക് ഒരുപാട് സഹായവും ഉപകാരവും ചെയ്തിരുന്ന ആളാണ് അദ്ദേഹം. ആർക്കും എന്ത് സഹായവും ചെയ്യാൻ യാതൊരു വൈമനസ്യവും ഇല്ലാത്തയാളാണ്. എന്റെ അമ്മച്ഛൻ കാക്കരമഠം കുട്ടികൃഷ്ണ പണിക്കരും വലിയ പരോപകാരിയും കരുണയുള്ളയാളുമായിരുന്നു. പ്രസിദ്ധമായ പരിയാനമ്പറ്റ ക്ഷേത്രത്തിന് പടിഞ്ഞാറെ നടയിൽ ഇന്ന് കാണുന്ന ഇരട്ട ആൽമരം 1981ൽ മുത്തച്ഛൻ നട്ടുപിടിപ്പിച്ചതാണ്.

അക്കാലത്ത് അതിരാവിലെ നാലര മണിക്കെണീച്ച് മുത്തച്ഛനോടൊപ്പം അമ്പലക്കുളത്തിൽ മുങ്ങിക്കുളിച്ച് ഭഗവതിയെ തൊഴുത് അഞ്ച് മണിക്ക് മൈക്കിലൂടെ ഭക്തിഗാനങ്ങൾ വെക്കും. പന്ത്രണ്ട് മണിക്ക് അമ്പലത്തിൽ നിന്ന് വന്നാൽ ഭക്ഷണം കഴിച്ച് നേരെ ശ്രീകൃഷ്ണപുരത്ത് ടൈപ്പ്റൈറ്റിംഗ് ഷോർട്ട് ഹാന്റ് ക്ലാസ്സിന് പോകും.

ക്ലാസ്സ് പിന്നീട് മംഗലാംകുന്നിലേക്ക് മാറി. പിന്നെ വൈകുന്നേരം അഞ്ച് മണിക്ക് അമ്പലത്തിലെ ഡ്യൂട്ടി മൈക്കിലൂടെ ഗ്രാമഫോൺ റെക്കോർഡ് വെക്കുന്നതോടെ തുടങ്ങും. രാത്രി ഏഴരക്ക് ശേഷം വീട്ടിലേക്ക്. അമ്പലത്തിന്റെ അഭിവൃദ്ധിക്കായി ഒരുപാട് പ്രവർത്തിച്ച പാറോല രാമൻ നായരായിരുന്നു വെളിച്ചപ്പാട്.

ഇതിനു പുറമെ കാട്ടുകുളം പൊതുജന വായനശാലാ പ്രവർത്തനവും മനോരമയുടെ ബാലജനസഖ്യം പ്രവർത്തനവും ഉണ്ടായിരുന്നു. സ്കൂൾ പഠിക്കുന്ന കാലത്ത് നാടിന്റെ സാംസ്കാരിക കേന്ദ്രമായ കാട്ടുകുളം പൊതുജന വായനശാലയായിരുന്നു വൈകുന്നേരങ്ങളിലെ എന്റെ ലാവണം. അന്ന് വായനശാലയുടെ പ്രധാന പ്രവർത്തകർ പാണെക്കാട് മന നാരായണൻ നമ്പൂതിരിപ്പാട്ടും മകൻ ശങ്കരൻ നമ്പൂതിരിപ്പാട്ടും ആയിരുന്നു. ഞങ്ങൾ അച്ഛൻ നമ്പൂതിരി എന്ന് വിളിക്കുന്ന പി.സി. നാരായണൻ നമ്പൂതിരിപ്പാട് അറിയപ്പെടുന്ന സ്വാതന്ത്ര്യ സമര നായകനും സാമൂഹിക പരിഷ്കർത്താവുമായിരുന്നു. എല്ലാവരും വല്യേട്ടൻ എന്ന് വിളിക്കുന്ന ശങ്കരൻ നമ്പൂതിരിപ്പാട് ശ്രീകൃഷ്ണപുരം ഹൈസ്കൂൾ അദ്ധ്യാപകനായിരുന്നു. വായനശാലയോട സമ്പന്ധിച്ച് മനോരമയുടെ ബാലജനസഖ്യം ഞങ്ങൾ കുറച്ച കുട്ടുകാർ ചേർന്ന് തുടങ്ങി. ശങ്കരൻ നമ്പൂതിരിപ്പാട്, അദ്ദേഹത്തിന്റെ അനുജൻ ദേവദാസ് നമ്പൂതിരിപ്പാട്, തൊണ്ടിയിൽ നാരായണൻ നായർ തുടങ്ങി പലരും സഖ്യം പ്രവർത്തനത്തിന് വേണ്ട മാർഗ്ഗ നിർദ്ദേശങ്ങൾ നല്കിയിരുന്നു. ഞാൻ നാലാം ക്ലാസ്സിൽ പഠിക്കുമ്പോൾ സന്ധ്യ നേരത്ത് വായനശാലയിൽ നിന്ന് വീട്ടിലേക്കുള്ള വായനാപുസ്തകങ്ങൾ എടുത്ത് വരുമ്പോൾ വീടിനടുത്തുള്ള പടുക്കുറ്റൻ ആൽമരത്തിനടുത്തു വെച്ച് കാലിൽ സർപ്പദർശനമേൽക്കുകയുണ്ടായി. അന്ന് ശങ്കരൻ നമ്പൂതിരിപ്പാട്ടും എന്റെ ചെറിയ അമ്മാമനായ ഉണ്ണി മാമയും കൂടി എടുത്താണ് കുളക്കാട്ടുള്ള വിഷവൈദ്യ നടുത്തെത്തിച്ചത്. വാഹന സൗകര്യം വളരെ കുറവായ കാലമായിരുന്നു അത്. വലിയ വിഷമുള്ള പാമ്പല്ലാത്തതിനാൽ രക്ഷപ്പെട്ടു. വായനശാലയുടെ നേതൃത്വത്തിൽ വർഷം തോറും ബാറ്റ്മിന്റൺ, ചെസ്സ് തുടങ്ങിയ മത്സരങ്ങൾ സംഘടിപ്പിക്കുമായിരുന്നു. ജില്ലക്കു പുറത്ത് നിന്നു പോലും മത്സരക്കാർ എത്തുമായിരുന്നു. ക്ഷേത്രം കുളമുറ്റത്തെ ഓണക്കാലത്തെ തലമപ്പന്ത് കളിക്ക് നാട്ടിലെ ചെറുപ്പക്കാരെല്ലാം ഒത്തുകൂടും.

രണ്ട് വർഷം ബാലജനസഖ്യം ഒറ്റപ്പാലം താലൂക്ക് യൂണിയൻ പ്രസിഡന്റ്, സെക്രട്ടറി ചുമതലകൾ ഞാൻ വഹിച്ചിട്ടുണ്ട്. പരിയാനമ്പറ്റ ആനന്ദ് ബാലജന സഖ്യത്തിന്റെയും കയ്യെഴുത്തു മാസികയുടെയും ഭാരവാഹിത്വം ഉണ്ടായിരുന്നു. ബാലജനസഖ്യത്തിന്റെ ഒട്ടനവധി

ക്യാംപുകളിൽ പങ്കെടുത്തിട്ടുണ്ട്. മാതൃഭൂമി സ്റ്റഡി സർക്കിൾ കേരള സാഹിത്യ അക്കാദമി തുടങ്ങിയവയുടെ സാഹിത്യ ക്യാംപുകളിലും പങ്കെടുത്തിരുന്നു. കേരളഭൂഷണം പത്രത്തിന്റെയും മറ്റു ചില ആനുകാലിക പ്രസിദ്ധീകരണങ്ങളുടെയും വിതരണം ആളെ വെച്ചു ചെയ്തിരുന്നു. പക്ഷേ അതൊരു നഷ്ടക്കച്ചവടം ആയിരുന്നു. പത്രങ്ങളിൽ നാട്ടിലെ ചെറിയ വാർത്തകൾ കൊടുക്കാറുണ്ടായിരുന്നു.

1980 ജൂലൈ ലക്കം സമർപ്പണം മാസികയിൽ കുട്ടിക്കവിതകളും കുഞ്ഞുണ്ണി മാസ്റ്ററും എന്ന ലേഖനമാണ് ആദ്യമായി അച്ചടിച്ചുവന്ന എന്റെ രചന. പരിയാനമ്പറ്റ ക്ഷേത്രത്തെക്കുറിച്ച് കേസരി വാരികയിൽ എഴുതിയ ലേഖനമാണ് പിന്നീട് പ്രസിദ്ധീകരിച്ചത്. തുടർന്നങ്ങോട്ട് പൊന്നാനിയിലെ സമർപ്പണം, തൃശ്ശൂർ ആളൂരിലെ ഗ്രാമദ്ധ്വനി, ബോംബെയിലെ സർവ്വദേശി മാസിക, മനോരാജ്യം, സോണ, കുമാരി തുടങ്ങി പല പ്രസിദ്ധീകരണങ്ങളിലും കഥ, നീണ്ടകഥ, ലേഖനം തുടങ്ങിയവ വന്നിട്ടുണ്ട്. പിൽക്കാലത്ത് മാമാങ്കം വാരികയിൽ ബോംബെയെക്കുറിച്ച് ഒരു ഫീച്ചർ എഴുതുകയുണ്ടായി. ആയിടെ ഒരു മാസിക തുടങ്ങുന്നതിനെക്കുറിച്ച് സജീവമായി ആലോചിക്കുകയുണ്ടായി. പ്രാരംഭ പ്രവർത്തനങ്ങളും തുടങ്ങിയിരുന്നു. പക്ഷേ, മുന്നോട്ട് കൊണ്ടുപോകാനായില്ല.

1981 ഡിസംബറിൽ അച്ഛന്റെ (നല്ലൂർ കളത്തിൽ ശിവശങ്കരമേനോൻ) ഒരു സുഹൃത്തായ ശ്രീധരൻ വക്കീലിന്റെ കണ്ണൂരിലെ ടാക്സ് കൺസൽട്ടൻസി ഓഫീസിൽ അസിസ്റ്റന്റ് ആയി ജോലി നോക്കിത്തുടങ്ങി.

പത്തോളം സ്റ്റാഫ് ഉണ്ടായിരുന്നു. എനിക്ക് കൃത്യമായ ശമ്പളമൊന്നും ഇല്ലായിരുന്നു. എല്ലാ ആഴ്ചയും ചിലവിനുള്ള ചെറിയൊരു തുക തരുമായിരുന്നു. രാത്രി എട്ട് മണിയാകും ഓഫീസിൽ നിന്ന് പോകാൻ. പള്ളിക്കുന്നിൽ ഒരു ചെറിയ ലോഡ്ജിലായിരുന്നു താമസം. പണി പഠിക്കുക എന്നതായിരുന്നു എന്റെ പ്രധാന ഉദ്ദേശം. അങ്ങിനെയൊരു സൗകര്യം ചെയ്തു തന്ന ശ്രീധരൻ വെള്ളോടി വക്കീലിനോടുള്ള നന്ദി അപാരമാണ്.

കുറച്ചു മാസങ്ങൾക്കു ശേഷം വക്കീൽ എന്നെ കോഴിക്കോട്ടുള്ള ആപ്പീസിലേക്ക് മാറ്റി. എന്നെ കൂടാതെ മറ്റൊരാൾ കൂടിയെ അവിടെ ഉണ്ടായിരുന്നുള്ളൂ. വൈകീട്ട് അഞ്ച് മണിക്കു ശേഷം എട്ടു മണി വരെ വക്കീലിന്റെ തന്നെ ചായപ്പൊടി മൊത്ത വിതരണ സ്ഥാപനത്തിലായിരുന്നു ജോലി. ഞായറാഴ്ചകളിൽ ഒരു പ്രസിദ്ധീകരണത്തിന്റെ ഡിക്ഷണറികൾക്ക് ഓർഡർ എടുക്കലും, കലണ്ടർ ഏജൻസി പ്രവർത്തനവും നടത്തിയിരുന്നു. പക്ഷേ, അത് വിജയിച്ചില്ല.

ഇതിനിടെ മലയാളികളുടെ സ്വപ്നനഗരമായ ബോംബെയിലേക്ക് ജോലി തേടി പോകാനുള്ള വഴികളന്വേഷിക്കുകയായിരുന്നു. നവമ്പറിൽ വക്കീൽ സാറിനോട് യാത്ര പറഞ്ഞ് വീട്ടിലെത്തി. ആ വർഷം ക്രിസ്തുമസ്സ് ദിവസം ഒലവക്കോട് നിന്ന് ഞാൻ ശങ്കരനാരായണേട്ടൻ എന്ന ബന്ധുവിനൊപ്പം ബോംബെയിലേക്ക് ജയന്തി ജനത ട്രെയിനിൽ യാത്രയായി. വീട്ടുകാരെയും നാട്ടുകാരെയും എല്ലാം വിട്ട്, തനിക്ക് തികച്ചും അപരിചിതമായ ഒരു മഹാനഗരത്തിലേക്ക് ചേക്കേറുമ്പോളുള്ള അങ്കലാപ്പ് എന്നിൽ പ്രകടമായിരുന്നു. മൂന്നാം ദിവസം രാവിലെ മൂന്നിന് കല്യാൺ റെയിൽവെ സ്റ്റേഷനിൽ വണ്ടിയിറങ്ങുമ്പോൾ നാട്ടിൽ കാവിലെ വെളിച്ചപ്പാട് രാമൻനായരുടെ മരുമകൻ ഗോപാലകൃഷ്ണൻ (കുട്ടേട്ടൻ) സുഹൃത്തിനോടൊപ്പം കാത്ത് നിന്നിരുന്നു. താമസം തൽക്കാലം കല്യാൺ വാൽദുനിയിൽ കുട്ടേട്ടനൊപ്പമാക്കി.

1983. ബോംബെ എന്ന മഹാനഗരത്തിൽ ഒരണുവായി ഞാനും അലിഞ്ഞു ചേർന്നു. ആദ്യമെല്ലാം ഭാഷ ശരിക്കും ഒരു വെല്ലുവിളിയായിരുന്നു. കുറെയേറെ കമ്പനികളിൽ ഇന്റർവ്യൂവിന് പോയി. ഭാഗ്യം കൂടെയില്ലായിരുന്നു. അവസാനം കുട്ടേട്ടന്റെ സഹായം തന്നെ വേണ്ടി വന്നു. കുട്ടേട്ടന്റെ ഒരു സുഹൃത്ത് മുഖേന ബോംബെ ന്യൂ മറൈൻ ലൈൻസിലുള്ള റെയാനി ആന്റ് കമ്പനിയിൽ സ്റ്റെനോ ആയി ജോലി കിട്ടി. ഗുജറാത്തികളായ സഹോദരങ്ങളാണ് സ്ഥാപന ഉടമകൾ. ജ്യേഷ്ഠൻ ധീരുബായ് റയാനി വക്കീലും, അനുജൻ പ്രവീൺ റെയാനി ചാർട്ടേർഡ് അക്കൗണ്ടന്റും. നാനൂറ്റി അമ്പത് രൂപയായിരുന്നു ശമ്പളം. ഞാനടക്കം ഏഴ് ജീവനക്കാരുണ്ടായിരുന്നു. മുതലാളിമാർ മനുഷ്യപ്പറ്റുള്ള നല്ല ആളുകളായിരുന്നു. ഒമ്പതു മാസം ജോലി ചെയ്തതിനു ശമ്പളത്തിനു പുറമെ ദീപാവലി സ്വീറ്റ്സും ബോണസും തന്നു.

ജ്യേഷ്ഠൻ റെയാനിയുടെ മകളുടെ വിവാഹ സൽക്കാരങ്ങളിൽ പങ്കുകൊള്ളാനായത് ജീവിതത്തിലെ അസുലഭ അവസരമായിരുന്നു. കല്യാണം ബോംബെ കൊളാബയിലെ പ്രശസ്തമായ VIP ക്ലബായ റേഡിയോ ക്ലബിൽ വെച്ച് ആയിരുന്നു. രാത്രിയായിരുന്നു വിവാഹം. മൂന്നു ഭാഗവും കടലിനാൽ ചുറ്റപ്പെട്ട ഒരു സ്ഥലമാണ് ഈ ക്ലബ്. സമ്പന്നർക്കു മാത്രം പ്രവേശനമുള്ള സ്ഥലം. പിറ്റെ ദിവസം റിസപ്ഷൻ ബോംബെയിലെ പ്രശസ്ത ഹോട്ടലായിരുന്ന നരിമാൻ പോയന്റിലെ 18നില ഒബ്റോയ് ടവറിലെ എട്ടാം നിലയിലെ സ്വിമ്മിംഗ് പൂളോടുകൂടിയ ഗാർഡനിൽ വെച്ചായിരുന്നു. വിഭവ സമൃദ്ധമായ ബഫെ പരിപാടിയായിരുന്നു. കേരളത്തിലെ ഒരു കുഗ്രാമത്തിൽ നിന്നും വന്ന എനിക്ക് മറക്കാനാകാത്ത അനുഭവമായിരുന്നു

അത്. സത്കാരങ്ങളിൽ പങ്കെടുത്ത ഞങ്ങൾ സ്റ്റാഫിന് തിരിച്ച് പോരുമ്പോൾ ഓരോ കവറും തരാൻ ഏർപ്പാട് ചെയ്തിരുന്നു, നല്ലവരായ റെയാനി മുതലാളിമാർ. നന്ദിയോടെ അവരെ ഇവിടെ സ്മരിക്കട്ടെ. ഇതിനിടെ താമസം കല്യാൺ ഈസ്റ്റിലെ കാട്ടേമാനിവലിക്കട്ടെത്ത് സുഹൃത്തായ ചളവറക്കാരൻ വേണുഗോപാലിനൊപ്പമാക്കിയിരുന്നു. വേണുവേട്ടൻ ആളൊരു രസികനാണ്. പിന്നീട് വേണുവേട്ടന്റെ സഹപ്രവർത്തകനായ തൃശ്ശൂർകാരൻ പ്രേംലാലും (അംചി മുംബൈ ടി.വി. പ്രോഗ്രാം) ഒപ്പം താമസിക്കാനെത്തി. മൂന്നു പേരും കൂടി രസകരമായി നടത്തിയിരുന്ന പാചകം ഇപ്പോഴും ഓർക്കുന്നു. ഇതിനിടെ വേണുവേട്ടനും, ലാലുമായി ചേർന്ന് വീണ്ടും മാസിക തുടങ്ങാനുള്ള ശ്രമം ഉണ്ടായെങ്കിലും അതു നടന്നില്ല. പ്രേംലാൽ പിന്നീട് എന്റെ പുസ്തകങ്ങൾക്ക് കവർ ഡിസൈൻ ചെയ്തു തന്നിരുന്നു.

ഇതിനിടയിൽ ഞാൻ മഹാരാഷ്ട്ര ടെലികോം ഡിപ്പാർട്ട്മെന്റിന്റെ ഒരു പത്രപരസ്യപ്രകാരം ജോലിക്ക് അപേക്ഷിച്ചിരുന്നു. അതിനു കാരണക്കാരായത് ഒരു ദമ്പതി സുഹൃത്തുക്കളാണ്. നാട്ടിൽ കല്ലുവഴിക്കാരായ നാണിക്കുട്ടി നായരും ഭർത്താവ് സുധാകരൻ നായരും. അവരാണ് ഈ പരസ്യത്തിന്റെ കാര്യം പറഞ്ഞതും അപേക്ഷിക്കാൻ പ്രേരിപ്പിച്ചതും. ഞങ്ങൾ സുന്ദരി ഓപ്പോൾ എന്നു വിളിക്കുന്ന നാണിക്കുട്ടി നായർ ബോംബെ സി.ടി.ഒ യിലാണ് ജോലി ചെയ്തിരുന്നത്. ടെലിഗ്രാഫിസ്റ്റ് പോസ്റ്റിനുള്ള ടെസ്റ്റെഴുത്തും ഇന്റർവ്യൂവും മറ്റു നടപടിക്രമങ്ങളും ഒക്കെ ഇതിനിടെ നടക്കുന്നുണ്ടായിരുന്നു. അങ്ങനെ റെയാനിമാരോട് വിട പറഞ്ഞ് ബോംബെ സെൻട്രൽ ടെലഗ്രാഫ് ഓഫീസിൽ മണിക്കൂർ കൂലിയിൽ മറ്റേതാനും പേരോടൊപ്പം താൽക്കാലിക ജോലിയിൽ ചേർന്നു. എന്റെ ജീവിതത്തിലെ മറ്റൊരു വലിയ വഴിത്തിരിവായിരുന്നു അത്.

1984. മൊബൈൽ ഫോൺ സ്വപ്നത്തിൽ പോലും വരാത്ത കാലം. അക്കാലത്ത് ഏറ്റവും അവശ്യ സർവ്വീസുകളിൽ ഒന്നായിരുന്നു ടെലഗ്രാഫ് അഥവാ കമ്പി. അത്യാവശ്യകാര്യങ്ങൾ എത്രയും പെട്ടെന്ന് മറ്റൊരു സ്ഥലത്തേക്ക് അറിയിച്ചിരുന്നത് കമ്പി വഴിയായിരുന്നു. ഇന്നത്തെ തലമുറക്ക് എന്താണെന്ന് പോലും അറിയാത്ത ഒരു സാധനമായിരിക്കും ടെലഗ്രാം അഥവാ കമ്പി.

ഒരു വീട്ടിൽ ഒരു ടെലഗ്രാം (കമ്പി) വന്നു എന്നു കേട്ടാൽ അവരുടെ ആർക്കോ എന്തോ അത്യാഹിതം സംഭവിച്ചിരിക്കുന്നു എന്നർത്ഥം. ഒരാൾ മരണപ്പെട്ടാലോ, അപായപ്പെട്ടാലോ ഒക്കെയാണ് ഒരു കമ്പി അടിക്കുക.

ടെലികോം ഡിപ്പാർട്ട്മെന്റിൽ ടെലഗ്രാഫിസ്റ്റ് ആയി തെരഞ്ഞെടുക്കപ്പെട്ട കാലമാണ്. ജോലി സ്ഥിരമായിട്ടില്ല. റിസർവ്ഡ് ട്രെയിൻഡ് പൂൾ (RTP) എന്നൊരു താൽക്കാലിക സംവിധാനമായാണ്.എടുത്തത് ആറുമാസത്തെ ടെലഗ്രാഫ് ട്രെയ്നിംഗിനു ശേഷം ആവശ്യമുള്ള സമയത്ത് മാത്രം ജോലിക്ക് വിളിക്കുന്ന ഒരു വിഭാഗം. ഞങ്ങൾ കുറെ പേർക്ക് മിക്കവാറും ജോലി ലഭിക്കാറുണ്ട്.

രാത്രി ഷിഫ്റ്റ് മാത്രമെ ലഭിക്കു എന്ന് മാത്രം. എന്റെ ഡ്യൂട്ടി വൈകുന്നേരം നാലു മണി മുതൽ രാത്രി പന്ത്രണ്ട് മണി വരെ ആയിരുന്നു. മണിക്കൂറിന് രണ്ട് രൂപ അമ്പത് പൈസയോ മറ്റോ ആയിരുന്നു കൂലി. സാധാരണ സബ് പോസ്റ്റ് ഓഫീസുകളിലും ചെറിയ കമ്പി ഓഫീസുകളിലും കമ്പി അടിക്കുന്നത് മോർസ് കോഡ് വഴിക്ക് (ഒരു ചെറിയ ഉപകരണത്തിലൂടെ പ്രത്യേക ശബ്ദം അടിച്ചുണ്ടാക്കി മറ്റൊരു സ്ഥലത്ത് അത് കേട്ട് ഇംഗ്ലീഷ് അക്ഷരങ്ങൾ എഴുതിയെടുക്കുക) ആണ്. ബോംബെ എന്ന മെട്രോ നഗരത്തിലായതിനാൽ ടെലി പ്രിന്റർ വഴിക്കാണ് കമ്പി സന്ദേശങ്ങൾ കൈമാറിയിരുന്നത്. ഫൗൺടനിൽ നിന്നും ചർച്ച് ഗേറ്റ് സ്റ്റേഷനിലേക്കുള്ള (വെസ്റ്റേൻ റെയിൽവേ ആസ്ഥാനം) റോഡിലായിരുന്നു ബോംബെ സെൻട്രൽ ടെലഗ്രാഫ് ഓഫീസ് (CTO). രണ്ടു നിലകളിലായി ആയിരത്തോളം ടെലിപ്രിന്ററുകൾ ഇരുപത്തിനാലു മണിക്കൂറും പ്രവർത്തിച്ചുകൊണ്ടിരിക്കും. ഭാരതത്തിന്റെ എല്ലാ പ്രധാന പട്ടണങ്ങളിലേക്കും നേരിട്ട് ടെലി പ്രിന്റർ സംവിധാനമുണ്ടായിരുന്നു. കേരളത്തിൽ തിരുവനന്തപുരം കൊച്ചി കോഴിക്കോട് എന്നീ 3 സ്ഥലങ്ങളിലേക്കാണ് ഈ സംവിധാനമുണ്ടായിരുന്നത്.

ബോംബെയിൽ നിന്നും അറുപത് കിലോമീറ്ററോളം അകലെ കല്യാൺ എന്ന സ്ഥലത്തായിരുന്നു ഞാൻ താമസിച്ചിരുന്നത്. രാത്രി 12 മണിക്ക് ഡ്യൂട്ടി കഴിഞ്ഞാൽ പിന്നെ ഞങ്ങൾ താൽകാലികക്കാർക്ക് ഓഫീസിൽ തങ്ങാൻ അനുവാദമില്ലായിരുന്നു. C.T.0 യിൽ നിന്നും പതിനഞ്ച് മിനിറ്റ് നടന്നാൽ ബോംബെ വി.ടി. (വിക്ടോറിയ ടെർമിനസ്) (ഇന്നത്തെ സി.എസ്.ടി.) സ്റ്റേഷനിലെത്താം. സെൻട്രൽ റെയിൽവെ ഹെഡ്ക്വാർട്ടേർസ് ആണ് VT. അവിടെ നിന്ന് ലോക്കൽ ട്രെയിനിൽ 60 കിലോമീറ്റർ അകലെയുള്ള കല്യാണിലെത്തും. ബോംബെയിൽ നിന്ന് ആ സമയത്തും കമ്പാർട്ട്മെന്റ്കളിൽ നിറയെ ആളുകൾ ഉണ്ടായിരിക്കും. പക്ഷേ കല്യാൺ എത്തുമ്പോഴേക്കും നാലോ അഞ്ചോ ആളുകളെ ഓരോ കോച്ചിലും കാണുകയുള്ളൂ.

കല്യാൺ സ്റ്റേഷനിൽ നിന്നും അരമണിക്കൂർ നടക്കണം താമസ സ്ഥലമെത്താൻ. കല്യാൺ ഈസ്റ്റിൽ തീസ്ഗാവിനും കാട്ടേമാനിവ ലിക്കും ഇടയിൽ.

ഒരു സുഹൃത്തിനോടൊപ്പമായിരുന്നു അക്കാലത്ത് താമസം. വാസസ്ഥലങ്ങൾ മിക്കതും ചാലുകളാണ്. (ചാൽ എന്നു പറഞ്ഞാൽ ഓടോ , ആസ്ബസ്സ്റ്റോസോ മേഞ്ഞ നിര നിരയായി ഒറ്റമുറി /ഇരട്ട മുറി വീടുകൾ).ഇടക്ക് ചില ചെറുകെട്ടിടങ്ങളും. അധികവും വാടകക്ക് താമസിക്കുന്നവരായിരിക്കും.

രാത്രി രണ്ട് മണിക്ക് ട്രെയിൻ ഇറങ്ങിയാൽ കുറച്ചു ദൂരമൊക്കെ ആളുകൾ ഉണ്ടാകും. പിന്നീടങ്ങോട്ട് തീർത്തും വിജനമായ ഒറ്റയടിപ്പാതകളായിരിക്കും. ഒറ്റയടിപ്പാതക്കിരുവശവും ആളുകൾ താമസിക്കുന്ന ചാലുകളാണ്. എല്ലാവരും നല്ല ഉറക്കത്തിലായിരിക്കും. തെരുവു നായകൾ കുരച്ചു കൊണ്ട് പിറകെ വരും. കാലിനടിയിലൂടെ എലികളും തൊരവൻമാരും, മറ്റ് ഇഴജന്തുക്കളും പാഞ്ഞു പോകുന്നുണ്ടാകും. ശരിക്കും ഭയന്നു ഭയന്നാണ് ഓരോ രാത്രിയിലും റൂമിലേക്കെത്തിപ്പെട്ടത്. കാലത്തിനൊപ്പം നമ്മളും ഓടിക്കൊണ്ടിരിക്കുകയാണല്ലോ.

വേണുവേട്ടന്റെ വിവാഹത്തോടെ ഞങ്ങൾ താമസം മാറി. വേണുവേട്ടന്റെ സുഹൃത്തായ തൃശ്ശൂർ അഷ്ടമിച്ചിറ സ്വദേശിയായ സുഗതനോടൊപ്പമാണ് ഞാൻ താമസിച്ചിരുന്നത്. കുറച്ചു മാസങ്ങൾക്കു ശേഷം വാൽദുനി റെയിൽവേ ക്വാർട്ടേഴ്സിലും, പിന്നീട് കല്യാണിൽത്തന്നെ ജരിമേരി നഗറിൽ സ്വന്തമായി വാടകക്കെടുത്തും താമസിച്ചു.

അനുജന്മാരും ബോംബെയിലേക്ക് വന്നു ഗോപാലകൃഷ്ണൻ, സുധാകരൻ നായർ, നാണിക്കുട്ടി നായർ, അരവിന്ദൻ, രാമചന്ദ്രൻ, രവി വേണുഗോപാൽ, പ്രേമലാൽ തുടങ്ങി ഒട്ടനവധി സുഹൃത്തുക്കളും, ബന്ധുക്കളും എനിക്ക് വളരെയേറെ സഹായങ്ങൾ ബോംബെയിൽ ചെയ്തു തന്നിട്ടുണ്ട്.

1986 ൽ ടെലിഗ്രാഫിസ്റ്റ് ജോലി സ്ഥിരപ്പെട്ടുകയും 1990 ൽ കേരളത്തിൽ തിരൂരിലേക്ക് ട്രാൻസ്ഫർ ആവുകയും ബോംബെ എന്ന മഹാനഗരത്തോട് വിട പറയുകയും ചെയ്തു. 1994ൽ ഒറ്റപ്പാലം ഓഫീസിലേക്ക് മാറ്റം കിട്ടി. 1992ലായിരുന്നു എന്റെ വിവാഹം. ഭാര്യ മാലതി. ടീച്ചറാണ്. മഹേഷ്, മനേഷ് എന്നിവർ മക്കളും. 2017ൽ അച്ഛൻ ശിവശങ്കരമേനോനും, അമ്മ ദാക്ഷായണി അമ്മയും നിര്യാതരായി. 2020ൽ ശ്രീകൃഷ്ണപുരം നിന്ന് ബി.എസ്.എൻ.എല്ലിൽ നിന്ന് ഓഫീസ് സൂപ്രണ്ട് ആയി വളന്റെറി റിട്ടയർമെന്റ് എടുത്തു.

●